ഹിന്ദു രാഷ്ട്രമോ?

Hindu Rashtramo?
Politics

Seetharam Yechoori

Translation
P N Damodaran Pillai

CHINTHA PUBLISHERS
Thiruvananthapuram

Eighth Edition
March 2010

Nineth Edition
July 2022

Published & Typesetting
Chintha Publishers, Thiruvananthapuram

Printed at
Time offset printers, Thiruvananthapuram

Cover Design
Shahul Aliyar

ISBN : 978-81-26203-33-8

CR - 3175 / 6020

₹ 70

Email: chinthapublishers@gmail. com
Website: www. chinthapublishers. com

A version is available at National Libraries
Kolkata, Mumbai, Chennai and Delhi

Distribution
DESHABHIMANI BOOKHOUSE
H O Thiruvananthapuram 695035

Branch
Head Office Kunnukuzhi • Statue Thiruvananthapuram
KSRTC Bus Terminal Thampanoor • Saphalyam Complex Thiruvananthapuram
KSRTC Bus Station Alappuzha • KSRTC Bus Station Ernakulam
Machingal Lane Thrissur • IG Road Kozhikode
Mavoor Road Kozhikode • NGO Union Building Kannur
Central Bus Terminal Complex Thavakkara Kannur

ഹിന്ദു രാഷ്ട്രമോ?

സീതാറാം യെച്ചൂരി

പരിഭാഷ

പി എൻ ദാമോദരൻപിള്ള

ചിന്ത പബ്ലിഷേഴ്സ്
തിരുവനന്തപുരം-695 035
വില : ₹ 70

പ്രസാധകക്കുറിപ്പ്

ആർ എസ് എസ് സർസംഘചാലക് ആയിരുന്ന 'ഗുരുജി' മാധവ് സദാശിവ് ഗോൾവാൾക്കർ എഴുതിയ 'നമ്മൾ അഥവാ നമ്മുടെ ദേശീയത നിർവ്വചിക്കപ്പെടുന്നു' എന്ന ലഘുഗ്രന്ഥം ഫാസിസ്റ്റ് ആശയസംഹിതയുടെ സംഗ്രഹമാണ്. ഇന്ത്യയുടെ സവിശേഷമായ ചരിത്ര–രാഷ്ട്രീയ കാരണങ്ങളാൽ ഈ പുസ്തകം പ്രചരിപ്പിക്കപ്പെടാതെ സംഘഗൃഹങ്ങളിലെ അലമാരികളിൽ ഒളിപ്പിക്കപ്പെട്ട നിലയിലാണ് ഇപ്പോൾ. ഈ പുസ്തകത്തിലെ മാരകമായ വർഗ്ഗീയ വീക്ഷണങ്ങൾ കാരണം ഇതിന്റെ കർതൃസ്ഥാനത്തു നിന്നും 'ഗുരുജി'യെ മോചിപ്പിക്കാൻ സംഘപരിവാർ കൊണ്ടുപിടിച്ചു ശ്രമിക്കുകയാണ്. ഗുരുജിയുടെ രചനയായതിനാൽ തള്ളിക്കളയാനും ആകില്ല, എന്നാൽ പരസ്യമായി അതിനെ ഏറ്റെടുക്കാനും ആകില്ല എന്ന സ്ഥിതിയിലാണ് ആർ എസ് എസ്. ഈ പുസ്തകത്തിന്റെ പതിപ്പുകൾ എങ്ങും ലഭ്യമല്ല. ഈ പുസ്തകം കണ്ടെത്തി അതിന്റെ വിഷലിപ്തമായ ഉള്ളടക്കത്തെ നിർദ്ധാരണം ചെയ്ത് രൂക്ഷവിമർശനം നടത്തുകയാണ് സീതാറാം യെച്ചൂരി ഈ ലഘുഗ്രന്ഥത്തിൽ. സംഘപരിവാറിന്റെ രഹസ്യ അജണ്ടകളെ പുറത്തുകൊണ്ടുവരുന്ന ഈ പുസ്തകം ഫാസിസ്റ്റു വിരുദ്ധ പോരാളികൾക്ക് ഒരുകൈപുസ്തകമായി മാറും.

ചിന്ത പബ്ലിഷേഴ്സ്

ഈ ലഘുലേഖയെപ്പറ്റി

രാഷ്ട്രീയ സ്വയം സേവക്സംഘത്തിലെ ഏറ്റവും പ്രധാനപ്പെട്ട പ്രത്യയശാസ്ത്ര വിദഗ്ധൻ ഒരുപക്ഷേ, രണ്ടാം സർസംഘചാലക് അഥവാ പരമോന്നത നേതാവായ 'ഗുരുജി' മാധവ് സദാശിവ് ഗോൾവാൾക്കർ ആയിരിക്കും. *നമ്മൾ അഥവാ നമ്മുടെ ദേശീയത നിർവചിക്കപ്പെടുന്നു* എന്ന പേരിൽ 1938 ൽ അദ്ദേഹം 77 പേജ് വരുന്ന ഒരു പുസ്തകമെഴുതി. 1939 ൽ അത് പ്രസിദ്ധീകരിച്ചു. അതിന്റെ പരിഷ്കരിച്ച ഒരു പതിപ്പ് 1947 ൽ പുറത്തിറക്കി.

എങ്കിലും മൂലഗ്രന്ഥത്തിന്റെ കോപ്പി കിട്ടുകയെന്നത് തികച്ചും ദുഷ്കരമായിത്തീർന്നു. കാവിക്കുപ്പായക്കാരുടെ ആപ്പീസുകളിലെ അലമാരകളിൽനിന്നുപോലും അവ അപ്രത്യക്ഷമായി. അതേ സമയം ഗോൾവാൾക്കറുടെ തന്നെ *വിചാരധാര* ഇഷ്ടംപോലെ കിട്ടാനുണ്ടുതാനും.

എന്നാൽ സി പി ഐ (എം) പൊളിറ്റ് ബ്യൂറോ അംഗം സീതാറാം യെച്ചൂരി *നമ്മൾ അഥവാ നമ്മുടെ ദേശീയത നിർവചിക്കപ്പെടുന്നു* എന്ന മൂലഗ്രന്ഥത്തിന്റെ ഒരു കോപ്പി സമ്പാദിക്കുകയും അതിന്റെ ഉള്ളടക്കവും പ്രാധാന്യവും വിശകലനം നടത്തുകയും ചെയ്തു. ഡിസംബർ 6 ന് ബാബറി മസ്ജിദ് തകർക്കപ്പെട്ടതിനുശേഷം അതിന് നേതൃത്വം നൽകിയ ഹിന്ദുമത ഭ്രാന്തന്മാരെ തുറന്നു കാട്ടിക്കൊണ്ട് സീതാറാം ഒട്ടേറെ ലേഖനങ്ങളും ഒരു ലഘുലേഖയുമെഴുതി. അവയിൽ മേൽപ്പറഞ്ഞ ഗ്രന്ഥത്തിൽനിന്ന് ധാരാളം ഉദ്ധരണികളും അദ്ദേഹം എടുത്തുചേർത്തു.

ആർ എസ് എസിന്റെ പരമോന്നത നേതാവ് അഥവാ സർസംഘചാലക് ചോദ്യം ചെയ്യപ്പെടാത്ത ആളാണ്. ഹിന്ദുരാഷ്ട്രത്തെ സംബന്ധിച്ച് അദ്ദേഹം എഴുതിയതോ പ്രസംഗിച്ചതോ ആർ എസ് എസുകാർ നിഷേധിക്കുന്ന പ്രശ്നമില്ല. അതിനാൽ 'ഹിന്ദുരാഷ്ട്രം' എന്ന ഫാസിസ്റ്റ്

ആശയസംഹിതയുടെ സംഗ്രഹമായ *നമ്മൾ അഥവാ നമ്മുടെ ദേശീയത നിർവചിക്കപ്പെടുന്നു* എന്ന ലഘുകൃതിയുടെ കർതൃത്വത്തിൽ നിന്ന് ആർ എസ് എസുകാർ ഗോൾവാൾക്കറെ ഒഴിവാക്കും എന്ന് സാധാരണ നിലയിൽ നമുക്ക് പ്രതീക്ഷിക്കാൻ കഴിയില്ല.

സീതാറാം യെച്ചൂരിയുടെ ലേഖനങ്ങളും ലഘുലേഖയും ആർ എസ് എസുകാരെ പ്രകോപിപ്പിച്ചാൽ അതിൽ അത്ഭുതപ്പെടേണ്ടതില്ല. പക്ഷേ ഗോൾവാൾക്കറുടെ ഉദ്ധരണികൾ സീതാറാം കെട്ടിച്ചമച്ചതാണെന്ന് അവർ പറയുന്നത് തികച്ചും അത്ഭുതകരമായിരിക്കുന്നു. 'കെ ജി പി മാതൃകയിൽ' തെറ്റായ വിവരങ്ങളാണ് ആ ഉദ്ധരണികളിലൂടെ സീതാറാം നൽകുന്നത് എന്നത്രെ അവർ പറയുന്നത്. സീതാറാം എഴുതിയ ഒരു ലേഖനം *നവഭാരത ടൈംസ്* ഒരു അടിക്കുറിപ്പോടെയാണ് പ്രസിദ്ധീകരിച്ചത്. ആ അടിക്കുറിപ്പിൽ അതിന്റെ പത്രാധിപർ പറഞ്ഞത് സി പി ഐ (എം) നേതാവ് ഉദ്ധരിച്ച *നമ്മൾ അഥവാ നമ്മുടെ ദേശീയത നിർവചിക്കപ്പെടുന്നു* എന്ന പുസ്തകത്തിന്റെ കർത്താവ് ഗോൾവാൾക്കറല്ലെന്നാണ്. ഈ അഭിപ്രായത്തിന്റെ പ്രചാരണം ആർ എസ് എസുകാർ ഏറ്റെടുത്തു. ആ പുസ്തകം ഗോൾവാൾക്കർ എഴുതിയതല്ലെന്നും വി ഡി സവർക്കറുടെ ഒരു മറാഠി കൃതിയുടെ വിവർത്തനമാണതെന്നും കൂടി അവർ പ്രചരിപ്പിക്കുന്നു. മാത്രമല്ല, മേൽപ്പറഞ്ഞ ഉദ്ധരണികൾ 'ഗുരുജി'യുടെ ചിന്തകൾക്ക് വിരുദ്ധമാണെന്നുപോലും അവർ തട്ടിവിടുന്നു.

ഈ സാഹചര്യത്തിൽ തർക്കവിഷയമായ പുസ്തകത്തെക്കുറിച്ചുള്ള പൂർണ വിവരങ്ങൾ പുറത്തുകൊണ്ടുവന്ന് ആ പുസ്തകത്തിലെ ആശയങ്ങളും സംഘപരിവാർ ഇപ്പോൾ പ്രചരിപ്പിച്ചുകൊണ്ടിരിക്കുന്ന ഹിന്ദു രാഷ്ട്രമെന്ന ആശയവും തമ്മിലുള്ള ബന്ധം സ്ഥാപിക്കുകയാണ് ഈ ലഘുലേഖയിൽ സീതാറാം യെച്ചൂരി. അതിനാൽ ഈ ലഘുലേഖയ്ക്കുള്ള കാലിക പ്രാധാന്യം പ്രത്യേകം പറയേണ്ടതില്ല.

എൻ റാം

രണ്ടാം പതിപ്പിനുള്ള ആമുഖം

ഒരു ദശാബ്ദം മുമ്പ്, കാവിപ്പട ബാബറി മസ്ജിദ് തകർത്ത് ഏറെ കഴിയും മുമ്പ്, എഴുതിയതാണ് ഈ ലഘുഗ്രന്ഥം. കൂട്ടംകൂടിയ കാവിപ്പടയുടെ ഒറ്റപ്പെട്ടതും താൽക്കാലികവുമായൊരു വികാരവിക്ഷോഭമല്ല ഇതെന്ന് തുറന്നു കാട്ടണം എന്ന ഉദ്ദേശ്യത്തോടെയാണ് അത് എഴുതിയത്. എന്നു മാത്രമല്ല, മതനിരപേക്ഷ-ജനാധിപത്യ ഇന്ത്യയെ, ഫാസിസ്റ്റ് സ്വഭാവമുള്ള ഒരു ഹിന്ദുരാഷ്ട്രമായി മാറ്റുക എന്ന സുചിന്തിതമായ ലക്ഷ്യം ഇതിന്റെ പിന്നിലുണ്ടെന്നും വ്യക്തമാക്കേണ്ടതുണ്ടായിരുന്നു.

ബി ജെ പിയുടെ നേതൃത്വത്തിലുള്ള കൂട്ടുഗവൺമെന്റ് രാജ്യത്ത് അധികാരത്തിലെത്തിയതിനുശേഷം, പ്രത്യേകിച്ചും 1998 നുശേഷം ഉണ്ടായ സംഭവങ്ങൾ, നമ്മുടെ സിരകളെ മരവിപ്പിക്കുന്ന ഒരു സത്യം പ്രകടമായും വെളിപ്പെടുത്തുന്നു. *നമ്മൾ അഥവാ നമ്മുടെ ദേശീയത നിർവചിക്കപ്പെടുന്നു* എന്ന ഗ്രന്ഥത്തിൽ എം എസ് ഗോൾവാൾക്കർ വിശദമാക്കിയ പൈശാചികവും നീചവുമായ അജണ്ടയാണ് ഇവരെ നയിക്കുന്നത്. ആ ഗ്രന്ഥം ഉയർത്തിപ്പിടിച്ച ആശയത്തിന്റെ സ്വാധീനം, ആർ എസ് എസ് നയിക്കുന്ന കാവിപ്പടയുടെ ചിന്തയിലും പ്രവർത്തനങ്ങളിലും എത്ര ആഴത്തിലാണ് വേരൂന്നിയതെന്ന് ഗുജറാത്ത് ഗവൺമെന്റിന്റെ ആഭിമുഖ്യത്തിൽ അവിടെ അരങ്ങേറിയ നിന്ദ്യമായ വർഗീയ കലാപം വെളിപ്പെടുത്തുന്നു. ഗോൾവാൾക്കറുടെ മാർഗനിർദേശത്തിന് അനുസൃതമായ ഫാസിസ്റ്റ് സ്വഭാവമുള്ള, മസ്ജിദ് പ്രോജക്ട് കൈകാര്യം ചെയ്ത കാവിപ്പട, 1993 ആദ്യം പല ഒഴിവുകഴിവുകൾ ചൂണ്ടിക്കാട്ടി. ഇത് ഗോൾവാൾക്കർ പറഞ്ഞ പ്രകാരം അല്ല എന്ന് വരുത്തി

ത്തീർക്കാൻ ശ്രമിച്ചിരുന്നു.

സർക്കാരിന്റെ പിന്തുണയോടെ ഗുജറാത്തിൽ നടത്തിയ വർഗീയ കലാപം സംബന്ധിച്ച് പാർലമെന്റിൽ ഈയിടെ നടന്ന ചർച്ചയിൽ ഗോൾവാൾക്കറുടെ ഗ്രന്ഥത്തിലെ ഒട്ടേറെ പരാർമശങ്ങൾ ഉദ്ധരിക്കുക യുണ്ടായി. ആ ചർച്ചയിൽ ഇടപെട്ടു സംസാരിച്ച പ്രധാനമന്ത്രി അടൽ ബിഹാരി വാജ്പേയി പറഞ്ഞത് 'ആർ എസ് എസ് ഈ ഗ്രന്ഥം അംഗീ കരിക്കുന്നില്ല' എന്നാണ്. എന്നാൽ ഈ ഗ്രന്ഥം പുറത്തിറങ്ങി ദശാബ്ദ ങ്ങൾ പിന്നിട്ടിട്ടും ആർ എസ് എസ് ഔദ്യോഗികമായി ഇതുവരെ അങ്ങ നെ പറഞ്ഞിട്ടില്ല. ഒരൽപ്പനേരത്തേക്കെങ്കിലും നാം അദ്ദേഹത്തിന്റെ വാക്കുകൾ വിശ്വസിക്കാൻ തയാറായാൽ, അത് കഴിഞ്ഞ എത്രയോ കാലമായി അദ്ദേഹം നടത്തിപ്പോരുന്ന വഴി തെറ്റിക്കുന്ന പ്രസ്താവനക ളിൽ ഒന്നുകൂടിയാകും എന്ന് മനസിലാക്കാം. അപ്പോഴും ഗുജറാത്ത് അടിവരയിടുന്നു: ഗോൾവാൾക്കറുടെ വാക്കുകൾ കാവിപ്പടയെ സംബ ന്ധിച്ച് എത്രയോ പ്രസക്തമാണ്; ഏറെ പ്രചോദകവും.

പ്രമുഖനായ ഒരു ബുദ്ധിജീവി വിശേഷിപ്പിച്ചതുപോലെ ഫാസിസ്റ്റ് മുന്നേറ്റത്തിന്റെ പടിവാതിലിൽ എത്തിനിൽക്കുന്ന ഒരു ഘട്ടത്തിലാണ് ആർ എസ് എസിന്റെ ആശയരംഗത്തെ പദ്ധതികൾ തുറന്നുകാട്ടുന്ന ഈ രണ്ടാംപതിപ്പ് പുറത്തിറക്കുന്നത്. നമ്മുടെ പൊതുജീവിതത്തിന്റെ സമസ്തമേഖലയിലും ഇന്നിപ്പോൾ ഉന്മത്തമായ വർഗീയ ധ്രുവീക രണം ദൃശ്യമാണ്. ആർ എസ് എസിന്റെ ജനുസിലുള്ളവയെ വെല്ലുവിളി ക്കുന്ന ആരോടും എന്തിനോടും കടുത്ത അസഹിഷ്ണുത; ജനാധിപ ത്യസ്ഥാപനങ്ങളിലേക്കുള്ള ആർ എസ് എസിന്റെ വ്യാപകമായ നുഴ ഞ്ഞുകയറ്റം, പരമാധികാരം വിളംബരം ചെയ്യുന്ന ഭരണഘടനയോടുള്ള അവജ്ഞ; എല്ലാവിധ തത്വങ്ങളോടും മാനദണ്ഡങ്ങളോടും കാട്ടുന്ന മനസാക്ഷിയില്ലാത്ത വിലപേശലുകൾ; കേട്ടുകേൾവിയില്ലാത്ത സാമ്പ ത്തിക ദുരിതങ്ങളിലേക്ക് ജനതയെ വലിച്ചെറിയൽ; പടർന്നു കയറുന്ന അഴിമതി........

ഫാസിസം സംബന്ധിച്ച സാർവദേശീയ അനുഭവങ്ങളുടെ അടി സ്ഥാനത്തിൽ, ഫാസിസ്റ്റു വിരുദ്ധ പോരാട്ടത്തിൽ അജയ്യനായി നില കൊള്ളുന്ന ജോർജി ദിമിത്രോവിന്റെ കാഴ്ചപ്പാടിന് അനുസൃതമായി ഞാൻ ഒരു പതിറ്റാണ്ടിനുമുമ്പ് എഴുതിയ ഈ പുസ്തകത്തിലൂടെ നൽകിയ മുന്നറിയിപ്പുകൾ എത്രയും ശരിയാണെന്ന് വ്യക്തമായിരി ക്കുന്നു. കടുത്ത നൈരാശ്യത്തിൽ ആണ്ടുപോയ ജനങ്ങളെ തങ്ങളുടെ ചൂതാട്ടത്തിലേക്ക് ക്ഷണിക്കുന്ന ഫാസിസ്റ്റുകളുടെ രീതി ദിമിത്രോവ് ചൂണ്ടിക്കാണിക്കുന്നുണ്ട്. അദ്ദേഹം പറയുന്നു: "അങ്ങേയറ്റത്തെ അഴിമ തിക്കാരും; ആർക്കും വിലയ്ക്കെടുക്കാൻ കഴിയുന്നവരുമായ ഫാസിസ്റ്റു കളുടെ ദയാവായ്പിന്റെ മുന്നിലേക്ക് വലിച്ചെറിയപ്പെട്ട ജനങ്ങൾക്ക്

ഇവർ വാഗ്ദാനം ചെയ്യുന്നത് സംശുദ്ധവും അഴിമതി രഹിതവുമായ ഒരു ഗവൺമെന്റാണ്." രാജ്യത്തെ ഏറ്റവും വിലകുറഞ്ഞ വികാരങ്ങളിൽ നിന്നാണ് ഫാസിസ്റ്റുകൾ മുതലെടുപ്പ് നടത്തുന്നത്. പെറ്റിബൂർഷ്വാ സമൂഹവും തങ്ങളുടെ ഇല്ലായ്മവല്ലായ്മകളുടെ പേരിൽ നിരാശപ്പെടുന്ന തൊഴിലാളികളിൽ ഒരു വിഭാഗവും തൊഴിലില്ലായ്മയും അരക്ഷിതമായ ജീവിതാവസ്ഥയും നേരിടുന്നവരുമാണ്, സങ്കുചിത ജനവികാരങ്ങളിൽനിന്നും മുൻവിധികളിൽനിന്നും മുതലെടുക്കുന്ന ഫാസിസ്റ്റുകളുടെ ഇരയായി പെട്ടെന്നു മാറുന്നത്.

'വ്യത്യസ്തമായ ഒരു പാർട്ടി' എന്ന് ആർ എസ് എസും ബി ജെ പിയും നിരന്തരം മുരണ്ടുപോന്ന അവകാശവാദങ്ങൾ ഇവിടെ ഓർമിക്കണം. ബി ജെ പി സർക്കാർ നടത്തിയ അഴിമതിയുടെയും കുംഭകോണങ്ങളുടെയും കുത്തൊഴുക്കിൽ, പക്ഷേ, സംഘപരിവാർ ഒഴികെ മുഴുവനാളുകളും ലജ്ജിക്കുന്നു. എന്നിട്ടും ഗവൺമെന്റ് അവയൊക്കെ നാണംകെട്ടും വെള്ളപൂശാൻ ശ്രമിക്കുകയാണ്.

ദിമിത്രോവ് തുടരുന്നു: "ബൂർഷ്വാ പാർട്ടികളിൽ വിശ്വാസം നശിച്ച് അവ ഉപേക്ഷിച്ചു പോരുന്നവരെയാണ് ഫാസിസ്റ്റുകൾ പിടികൂടുന്നതും ഏറ്റവും നിന്ദ്യമായ പ്രതിലോമപ്രവർത്തനങ്ങൾക്ക് കരുവാക്കുന്നതും." അധികാരത്തിലിരിക്കുന്ന ഈ സർക്കാരിന്റെ നയങ്ങൾ വെളിപ്പെടുത്തുന്നത്, ഇവർ സാമ്രാജ്യത്വത്തെ അനുകൂലിക്കുന്നു; അതോടൊപ്പം ഇന്ത്യൻ മൂലധനകുത്തകകളുടെ പ്രതിലോമതാൽപ്പര്യങ്ങളെ താലോലിക്കുന്നു എന്നാണ്. സ്വതന്ത്ര ഇന്ത്യ കണ്ടിട്ടുള്ളതിൽ വച്ച് ഏറ്റവും ദയനീയമായ തോതിൽ അമേരിക്കൻ ദാസ്യം പ്രദർശിപ്പിച്ചിട്ടുള്ളത് അടൽ ബിഹാരി വാജ്പേയിയുടെ ഗവൺമെന്റാണ്. നിശ്ചയമായും, ഇത് നമ്മുടെ സാമ്പത്തിക പരമാധികാരത്തെ പണയപ്പെടുത്തുകയും അതോടൊപ്പം ഭൂരിപക്ഷം വരുന്ന ഇന്ത്യൻ ജനതയെ ദരിദ്രവൽക്കരിക്കുകയും ചെയ്യും..... വൈദേശിക രംഗത്താകട്ടെ, ഈ മേഖലയിലെ അമേരിക്കൻ തന്ത്രം വിജയിപ്പിക്കാനുള്ള അവരുടെ അനുബന്ധമെന്ന നിലയിൽ സ്വയം ചെറുതാക്കപ്പെടുകയും ചെയ്തിരിക്കുന്നു.

ഈ കാലയളവിലെ മറ്റൊരു പ്രധാനപ്പെട്ട അനുഭവം, ഇന്ത്യയുടെ വിദ്യാഭ്യാസസമ്പ്രദായത്തിന്മേൽ അത് ഏൽപ്പിച്ച ഏകതാനമായ കടന്നാക്രമണങ്ങളാണ്. ഹിന്ദുമതത്തിൽത്തന്നെ നിലനിൽക്കുന്ന നൂറുകണക്കിന് വൈവിധ്യത്തിന്മേൽ ഒരു ഏകീകൃതത്വം കെട്ടിവയ്ക്കാനുള്ള അന്വേഷണമാണ് ആർ എസ് എസിന്റെ ഹിന്ദുത്വം. അത് വിഷലിപ്തമായ അന്യമതവിദ്വേഷം–പ്രത്യേകിച്ചും മുസ്ലിം–ക്രിസ്ത്യൻ ന്യൂനപക്ഷങ്ങളോട്–പടർത്തുക എന്ന ലക്ഷ്യത്തോടെയാണ് സ്കൂൾ കുട്ടികളുടെ പാഠ്യപദ്ധതിയിൽ മാറ്റങ്ങൾ വരുത്തിയത് എന്ന് മനസിലാക്കാൻ പ്രയാസമില്ല. കാവിപ്പടയുടെ ലക്ഷ്യം സാക്ഷാൽക്കരിക്കാൻ വർഗീയവികാര

ത്തെയും മുൻവിധികളെയും ഊതിവീർപ്പിക്കാൻ പാകത്തിലാണവർ വിദ്യാഭ്യാസത്തെ പുനഃക്രമീകരിക്കുന്നത് എന്ന് ചുരുക്കം.

അതുപോലെതന്നെ വർഷങ്ങളായി ചരിത്രം തിരുത്തിയെഴുതുന്ന നിരന്തരമായ ശ്രമത്തിലായിരുന്നു അവർ. ഇന്ത്യാമഹാരാജ്യത്തിലെ അനിഷേധ്യരായ ഉടമാവകാശികളാണ് തങ്ങൾ എന്ന കാവിപ്പടയുടെ അവകാശവാദത്തിന് തെളിവുണ്ടാക്കുന്നതിനുവേണ്ടി വസ്തുതകളെയും ചരിത്രപരമായി തെളിവുകളെയും അവർ വളച്ചൊടിക്കുകയാണ്. നേരത്തെ ചർച്ച ചെയ്ത ഗോൾവാൾക്കറുടെ പുസ്തകത്തെ അടിസ്ഥാനപ്പെടുത്തിയാണ് ആർ എസ് എസ് തങ്ങളുടെ ഫാസിസ്റ്റ് പദ്ധതിയെ യുക്തിഭദ്രമാക്കുന്നത്. അതെ, ഹിന്ദുക്കളാണ്, ഹിന്ദുക്കൾ മാത്രമാണ് പൗരാണിക ഇന്ത്യൻ നിവാസികൾ എന്ന് സ്ഥാപിക്കുന്നതിലൂടെ ആഗ്രഹിക്കുന്ന മട്ടിലുള്ള 'ഹിന്ദുരാഷ്ട്രം' നിർമിക്കാം എന്നവർ കരുതുന്നു. ഇത് സ്ഥാപിക്കാനായി ഹിന്ദുക്കൾ മറ്റൊരിടത്തുനിന്നും വന്നവരല്ലെന്ന് തെളിയിക്കാൻ ഇവർ ബാധ്യസ്ഥരാക്കപ്പെടുന്നു. ഈ ഭൂമിയിൽ അവർക്കുള്ളതായി അവർ നടത്തുന്ന അവകാശവാദം മറുനാട്ടിൽനിന്നും ഇവിടെ എത്തിയവരും ഇതര മതവിഭാഗങ്ങളുമായി അടുപ്പമുള്ളവരുമായ ആളുകൾ ഉന്നയിക്കുന്ന അവകാശവാദങ്ങളിൽനിന്നും ഏറെ വ്യത്യസ്തമല്ല.

അന്ന് ഗോൾവാൾക്കർക്കും ഇന്ന് ആർ എസ് എസിനും 'ഹിന്ദു' എന്ന ശബ്ദം 'ആര്യൻ' എന്ന ശബ്ദത്തിന്റെ പര്യായമാണ്. ജാതിഹിന്ദുക്കളിലെ പുരോഹിതന്മാർ ഇപ്പോഴും 'ആര്യാവർത്ത'ത്തിന്റെ പാരമ്പര്യം സ്വയം അവകാശപ്പെടുന്നുണ്ട്. ചരിത്രപരമായ എല്ലാ തെളിവുകളെയും അപഹസിച്ചുതള്ളുന്ന ഫാസിസ്റ്റുകൾ, ഇന്ത്യയാണ്, ഇന്ത്യ മാത്രമാണ് ആര്യന്മാരുടെ ജന്മസ്ഥാനം എന്നു തെളിയിക്കാൻ ചരിത്രം മാറ്റി എഴുതാനുള്ള തീവ്രശ്രമത്തിലാണ്. ആര്യന്മാർ ഇന്ത്യയിൽനിന്നാണ് ലോകം മുഴുവൻ സഞ്ചരിച്ചത് എന്ന് വിശ്വസിപ്പിക്കാനാണ് അവരുടെ ശ്രമം. കാവിപ്പട മറ്റൊന്നുകൂടി പ്രചരിപ്പിക്കുന്നു: "ആര്യൻ വംശവിശുദ്ധിക്കും മേധാവിത്വത്തിനുംവേണ്ടി ജർമനിയിൽ ഫാസിസം അടിച്ചേൽപ്പിച്ച ഹിറ്റ്ലർ യഥാർഥത്തിൽ ഇന്ത്യയിൽനിന്നും കുടിയേറിപ്പാർത്ത ആളായിരുന്നുവത്രേ!"

അടുത്തകാലത്തെ വിവിധ നടപടികൾ വെളിപ്പെടുത്തുന്നത്, തങ്ങളുടെ ഫാസിസ്റ്റുലക്ഷ്യം സ്ഥാപിച്ചെടുക്കാൻ ആർ എസ് എസ് ഒരൊറ്റ വഴിയും വിട്ടുകളയുകയില്ല എന്നാണ്. വർഗീയ വികാരം വളർത്തുന്നതിലും അതുവഴി വർഗീയ കലാപത്തിന് തിരികൊളുത്തുന്നതിലും ആർ എസ് എസ് നേതൃത്വപരമായ പങ്കുവഹിക്കുന്നു. സ്വാതന്ത്ര്യാനന്തരം ഇന്ത്യയിൽ നടന്ന ഒട്ടെല്ലാ വർഗീയ കലാപത്തെ സംബന്ധിച്ചും ജുഡീഷ്യൽ അന്വേഷണം നടന്നിട്ടുണ്ട്. ആ റിപ്പോർട്ടുകളിലെല്ലാം ആർ എസ്

എസിന് കലാപം സൃഷ്ടിക്കുന്നതിലുള്ള മുന്തിയ പങ്ക് ഒന്നുപോലെ എടുത്തുപറഞ്ഞിട്ടുണ്ട്. ഭരണത്തിലേറാൻ കഴിഞ്ഞതോടെ ആർ എസ് എസിന്റെ ആക്രമണങ്ങൾക്ക് കൂടുതൽ മൂർച്ചയേറുകയാണ്. ക്രിസ്തീയ സമൂഹത്തിനെതിരെ രാജ്യവ്യാപകമായി നടക്കുന്ന ആക്രമണങ്ങൾ, ഗുജറാത്തിലെ ഡാംഗ് ജില്ലയിലടക്കം ബലപ്രയോഗത്തിലൂടെ ആദിവാസികളെ വീണ്ടും മതപരിവർത്തനം ചെയ്യിക്കൽ, ഗ്രഹാം സ്റ്റെയ്നിനെയും അദ്ദേഹത്തിന്റെ കുട്ടികളെയും ഒറീസയിൽ കൊലചെയ്തത് തുടങ്ങിയവ ആർ എസ് എസ് അരങ്ങേറിയ നിഷ്ഠൂരമായ നടപടികളിൽ ചിലതുമാത്രമാണ്.

സംസ്ഥാനസർക്കാറിന്റെ പിൻബലത്തോടെ ഗുജറാത്തിൽ നടത്തിയ വംശനശീകരണമാണ്, ഇന്നോളമുണ്ടായതിൽ വച്ച് ഏറ്റവും പൈശാചികവും നിന്ദ്യവും. ഗുജറാത്തിൽ നടന്ന അക്രമങ്ങൾക്ക് വംശീയ ശുദ്ധീകരണത്തിന്റേതായ സമാനസ്വഭാവം ഉണ്ടായിരുന്നു. ആർ എസ് എസും പരിവാരങ്ങളും ഒരുപോലെ ഔദ്ധത്യപൂർവമായ തയാറെടുപ്പ് നടത്തിയിരുന്നു. അവരെല്ലാം മനസാക്ഷിക്കുത്ത് ഉപേക്ഷിക്കപ്പെട്ടവരായിരുന്നു. 'ഹിന്ദുവിന്റെ മഹത്വം ഉയർത്താൻ' ഗുജറാത്തിലാകെ അവർ ന്യൂനപക്ഷങ്ങളുടെ വീടിന് തീ കൊളുത്തുകയും അവരെ കൊന്നൊടുക്കുകയും ചെയ്തു.

ഒരു ദശാബ്ദംമുമ്പ് നമ്മൾ മുന്നറിയിപ്പു നൽകിയ ഒരു കാര്യം കൂടി ശരിയാണെന്ന് വന്നു. 'ബി ജെ പി സംഘപരിവാറിന്റെ രാഷ്ട്രീയ മുഖമല്ലാതെ മറ്റൊന്നല്ല' എന്ന തങ്ങളുടെ വിലയിരുത്തൽ ശരിയാണെന്ന് ഇന്ന് ബോധ്യപ്പെടാത്തവർ ചുരുങ്ങും. 'ഭരണാധികാരം നിലനിർത്തണം' എന്ന സമ്മർദം ഏറുകയും അതിനായി ഉണ്ടാക്കിയ എൻ ഡി എയുടെ നേതൃത്വത്തിൽ അടൽ ബിഹാരി വാജ്പേയി ഭരണം നടത്തുകയും ചെയ്യുമ്പോൾത്തന്നെ ആർ എസ് എസിന്റെ 'ഫാസിസ്റ്റ് അജണ്ട' വളരെ വേഗത്തിൽ കെട്ടഴിച്ചുവിടുകയാണ്. ഹീനമായ അതിക്രമങ്ങൾ നടത്തുന്ന കാവിപ്പട 'ദേശീയവികാര'ത്തിന്റെ മറവിൽ പതുങ്ങിയിരിക്കുകയും അതുവഴി പാപമോചനം നേടാൻ ശ്രമിക്കുകയുമാണ് ചെയ്യുന്നത്. ബാബറി മസ്ജിദ് തകർത്തതുമുതൽ (അയോധ്യയിൽ പണിതീർക്കുന്ന രാമക്ഷേത്രം 'ദേശീയവികാര'ത്തിന്റെ പ്രതീകമാണെന്ന് പാർലമെന്റിൽ പ്രഖ്യാപിക്കുകവഴി എ ബി വാജ്പേയ് ബാബറി മസ്ജിദിന്റെ തകർക്കലിനെ ന്യായീകരിക്കുകയായിരുന്നു). അണുവായുധനിർമാണം വരെ എല്ലാം, അവരുടെ അഭിപ്രായത്തിൽ 'ദേശീയവികാര'ത്തിന്റെ പ്രതിഫലനമാണ്. മുമ്പൊരിക്കലും ഇതൊന്നും ഇത്ര മഹത്വവൽക്കരിച്ചിട്ടില്ലെന്ന് ഓർക്കണം.

ജനതയെ മുഴവൻ ഏകോപിപ്പിക്കുന്ന വിശ്വാസപ്രമാണങ്ങൾക്കും മതങ്ങൾക്കും വിവിധ ജാതിസമുദായങ്ങൾക്കും വ്യത്യസ്തഭാഷ

കൾക്കും പകരംവയ്ക്കാൻ ആർ എസ് എസ് മുമ്പോട്ടുവയ്ക്കുന്നത് 'അക്രമോത്സുകമായ ദേശീയത'യാണ്. ദിമിത്രോവിന്റെ വിലയിരുത്തൽ ശരിവയ്ക്കുന്ന അനുഭവമാണ് കുറെ വർഷങ്ങളായി നാം ഇന്ത്യയിൽ കാണുന്നത്. ദിമിത്രോവ് പറഞ്ഞു: "ഫാസിസം സാമ്രാജ്യത്വത്തിന്റെ അങ്ങേയറ്റത്തെ തീവ്രമായ താൽപ്പര്യങ്ങളാണ് സംരക്ഷിക്കുക. എന്നാൽ ജനങ്ങൾക്കു മുമ്പിൽ അത് പ്രത്യക്ഷപ്പെടുന്നത് തെറ്റായ ദേശീയതയെ മറച്ചുപിടിച്ചുകൊണ്ടാണ്. എന്നുമാത്രമല്ല അവ ആഹ്വാനം ചെയ്യുന്നതോ 'ദേശീയ വികാരങ്ങൾ' എന്നു വിളിക്കപ്പെടുന്ന സങ്കുചിതത്വത്തെയും."

ഈ പുസ്തകം പുനഃപ്രസിദ്ധീകരിക്കുന്ന ഈ ഘട്ടത്തിൽ രാജ്യത്തെ പരിതഃസ്ഥിതികൾ തെറ്റായ വഴിയിലേക്കു നീങ്ങുകയോ പുതിയ പ്രവണതകൾ പ്രകടിപ്പിക്കുകയോ ചെയ്യുകയാണ്. വാജ്പേയി ഗവൺമെന്റ് നടപ്പാക്കുന്ന നയങ്ങളും നടപടികളും ഉയർത്തിക്കൊണ്ടുവരുന്ന ബഹുജനരോഷത്തെ വിഭാഗീയ പ്രവർത്തനങ്ങൾ സംഘടിപ്പിച്ച് വഴിതിരിച്ചുവിടാനാണ് കാവിപ്പട ശ്രമിക്കുന്നത്. വർഗീയ വിഭജനം മാത്രമല്ല ഇടുങ്ങിയ പ്രാദേശികതയും (ഝാർഖണ്ഡ്, റെയിൽവേ സോൺ വിഭജനം തുടങ്ങിയവ) ഇതിനായി ഊതിവീർപ്പിക്കുന്നു.

വലിയതോതിലുള്ള വൈവിധ്യം-മതപരം മാത്രമല്ല ഭാഷകൾ, പാരമ്പര്യങ്ങൾ, ആചാരങ്ങൾ തുടങ്ങിയവ-നിലനിൽക്കുന്ന ഒരു രാജ്യത്ത് ആ വൈവിധ്യങ്ങൾ നിലനിർത്തിക്കൊണ്ടു മാത്രമേ, പൊതുസത്തയെ ശക്തിപ്പെടുത്തുന്നതിലൂടെ മാത്രമേ, ഇന്ത്യയുടെ ദേശീയ ഐക്യവും അഖണ്ഡതയും നിലനിർത്താനാകൂ. ഈ വൈവിധ്യങ്ങൾക്കുമേൽ കൃത്രിമമായ ഒരു ഏകീകൃതവ്യവസ്ഥ അടിച്ചേൽപ്പിക്കാൻ നടത്തുന്ന ഏതു നടപടിയും ഇന്ത്യയുടെ ദേശീയ ഐക്യത്തെയും അഖണ്ഡതയെയും ഛിന്നഭിന്നമാക്കും. ഇതുതന്നെയാണ് ചുരുക്കത്തിൽ, വർഗീയ ശക്തികൾ ഇവിടെ നടപ്പാക്കാൻ ശ്രമിക്കുന്നതും.

അതുകൊണ്ട് ഇന്ത്യ, നാം ഇപ്പോൾ അറിയുന്നതുപോലെ തന്നെയാണെങ്കിൽ, ഈ ഫാസിസ്റ്റ് കുരുതിയിൽ നിന്നും വിമോചിപ്പിക്കപ്പെടേണ്ടതുണ്ട്. അപ്പോൾ മാത്രമേ ഈ വർഗീയ ചാവേറുകളെ വഴിതിരിക്കാനാകൂ. ഇതിനാവശ്യം ഇടതുപക്ഷ ഐക്യമാണ്; ഭാരതമെന്നു വിളിക്കപ്പെടുന്ന നമ്മുടെ ഇന്ത്യയിൽ മതനിരപേക്ഷതയും ജനാധിപത്യക്രമവും പുലരണമെന്ന് ആഗ്രഹിക്കുന്നവരുടെ എല്ലാം യോജിപ്പാണത്. ലഭ്യമായ വസ്തുതകളുടെ അടിസ്ഥാനത്തിൽ പരിശോധിച്ചാൽ പ്രാദേശിക രാഷ്ട്രീയ പാർട്ടികൾ, രാഷ്ട്രീയ അവസരവാദത്തിന്റെ കൊമ്പുകളിൽ മാറിമാറി പിടിക്കുകയാണ്. വിലോഭനീയമായ അധികാര ശ്രേണികളിൽ ആകൃഷ്ടരായ അവർ വാജ്പേയി സർക്കാരിനും ആർ എസ് എസ് പദ്ധതിക്കും ഊന്നുവടി സൃഷ്ടിച്ചിരിക്കുകയാണ്. വർധിച്ച ബഹുജനമുന്നേറ്റം വഴി മാത്രമേ ഈ ശക്തികളെ രാഷ്ട്രീയമായി പരാജയ

പ്പെടുത്തി രാജ്യത്തെ മോചിപ്പിക്കാനാകൂ.

അതെ, അടിയന്തര കടമ ബഹുജന മുന്നേറ്റത്തെ ശക്തിപ്പെടുത്തുകയാണ്. ഈ ലഘുപുസ്തകത്തിന്റെ പുതിയ പതിപ്പിനുവേണ്ടിയുള്ള നിരന്തരമായ സമ്മർദം തീർച്ചയായും ആ സമരത്തിനു ശക്തിപകരും എന്ന് ഞാൻ പ്രതീക്ഷിക്കുന്നു.

ഈ ലഘുലേഖ പ്രസിദ്ധീകരിച്ചു കഴിഞ്ഞപ്പോഴേക്കും, സംഘപരിവാർ അവർക്കു ചേർന്ന മട്ടിൽ അപകീർത്തികരവും കമ്യൂണിസ്റ്റുവിരുദ്ധ ശകാരവർഷം നിറഞ്ഞതുമായ ഒരു ലഘുലേഖ പ്രസിദ്ധീകരിച്ചുവെന്ന് പത്രറിപ്പോർട്ടുകളിൽ കണ്ടിരുന്നു. അടിസ്ഥാന രഹിതവും കെട്ടിച്ചമച്ചതുമായ അവരുടെ ആരോപണങ്ങളെ സംബന്ധിച്ച് പ്രത്യേകമായി പ്രതിപാദിക്കുന്നതാണ്. എന്നിരുന്നാലും കൂടുതൽ സമകാലികം ആക്കുന്നതിനായി 2002 ഒക്ടോബർ 6–ന്റെ *പീപ്പിൾസ് ഡമോക്രസിയുടെ* എഡിറ്റോറിയൽ ഞങ്ങൾ ഉൾപ്പെടുത്തുന്നു.

ഒക്ടോബർ, 2002 **സീതാറാം യെച്ചൂരി**
ന്യൂഡൽഹി

നുണകൾ, കെട്ടിച്ചമയ്ക്കലുകൾ ആർ എസ് എസ് രീതി

മഹാത്മാഗാന്ധിയുടെ ജന്മവാർഷികത്തിന്റെ തലേദിവസം അദ്ദേഹത്തിന്റെ ഘാതകൻ ദേശീയവിരുദ്ധമായൊരു നുണകൂടി പുറത്തുവിടുകയുണ്ടായി. *കഴിയാവുന്നിടത്തോളം പെരുംനുണകൾ കഴിയുന്നിടത്തോളം ആവർത്തിച്ചാവർത്തിച്ച് ഉരുവിട്ടാൽ അവ സത്യമായി ധരിച്ചുകൊള്ളും എന്ന ഗീബൽസിയൻ പ്രചാരണ തന്ത്രം പൂർണാർഥത്തിൽ നടപ്പാക്കുന്നവരാണ് ആർ എസ് എസുകാർ.* ഒരു പുസ്തക പ്രകാശന ചടങ്ങിൽ പങ്കെടുത്തുകൊണ്ട്–ഇടതുപക്ഷത്തിനെതിരെ നിന്ദ്യവും ആക്ഷേപകരവുമായ പെരുംനുണകൾ നിറഞ്ഞ ലേഖനങ്ങളുടെ സമാഹാരമായിരുന്നു ആ പുസ്തകം – ആർ എസ് എസ് തലവൻ നടത്തിയ 'പ്രഭാഷണം' ഇതിനു തെളിവാണ്.

ഇന്ത്യയിലെ വിദ്യാഭ്യാസരംഗത്തെ വർഗീയവൽക്കരിക്കാനുള്ള ശ്രമം എന്ന നിലയിൽ കുപ്രസിദ്ധി ലഭിച്ച ഒന്നാണല്ലോ എൻ സി ഇ ആർ ടി സിലബസ്. പ്രധാനമന്ത്രിയിൽ നിന്നുള്ള സൂചന കണക്കിലെടുത്താൽ മാനവവിഭവശേഷി വകുപ്പുമന്ത്രി മനഃപൂർവം, സുപ്രീംകോടതി വിധിയെ ദുർവ്യാഖ്യാനം ചെയ്യുകയാണെന്ന് വ്യക്തമാകും. വിദ്യാഭ്യാസത്തിനുള്ള കേന്ദ്ര ഉപദേശകസമിതിയുമായി (സി എ ബി ഇ) ആലോചിച്ചു തയാറാക്കിയതായതുകൊണ്ട് സിലബസ് രൂപീകരണം ഭരണഘടനാപരമാണെന്ന് സുപ്രീംകോടതി അഭിപ്രായപ്പെട്ടതായുള്ള പ്രസ്താവന സത്യമല്ല. (സി എ ബി ഇയുമായി ആലോചിച്ചിട്ടില്ല) ആലോചിക്കാൻ അത് ഒരു ഭരണഘടനാ സ്ഥാപനവും അല്ല. എന്നാൽ അത്തരം ആലോചന നടന്നാൽ അത് നിയമവിരുദ്ധം ആകുന്നുമില്ല. അതേ ശ്വാസത്തിൽ സുപ്രീംകോടതി മതവിദ്യാഭ്യാസത്തെ വഷളാക്കരുതെന്ന മുന്നറിയിപ്പും നൽകുന്നുണ്ട്.

സസൂക്ഷ്മം പരിശോധിച്ചാൽ നാം കാണുന്നത് ധിക്കാരപൂർവം വഷളാക്കപ്പെട്ട വിദ്യാഭ്യാസത്തെയാണ്. ഇടതുപക്ഷത്തെ മുതലവാലുമായി താരതമ്യപ്പെടുത്താൻ തനിക്കേ കഴിയൂ എന്നു പറയാൻ മാത്രം ആർ എസ് എസ് തലവൻ തരംതാണിരിക്കുന്നു. ഇവിടെ ഒന്ന് ഓർമപ്പെടുത്തട്ടെ. കഠിനവേദന ഉണ്ടാക്കാൻ കഴിയുന്ന ഒരു ഭാഗം ചില സസ്തന ജീവികളുടെ വാലിലുണ്ട്. സൂക്ഷിച്ചോളൂ!

'ബൗദ്ധിക തീവ്രവാദികൾ' എന്നാണ് ഇടതുപക്ഷത്തെ ഗർഹണീയമായ നിലയിൽ ചിത്രീകരിക്കാറുള്ള കേന്ദ്രമന്ത്രി ഇക്കുറി വിശേഷിപ്പിച്ചത്. കാൽനൂറ്റാണ്ടുകാലമായി തുടർച്ചയായി ഇടതുപക്ഷത്തെ അധികാരത്തിലേറ്റുന്ന ബംഗാൾ ജനതയ്ക്കെതിരെ അദ്ദേഹം അധിക്ഷേപ വർഷം ചൊരിയുകയും ചെയ്തു.

ഇടതുപക്ഷത്തെ നിന്ദ്യമായ നിലയിൽ നിരന്തരം അപവദിക്കുന്ന കാവിപ്പടയുടെ രണ്ട് ആരോപണങ്ങൾക്ക് ഒരിക്കൽകൂടി മറുപടി നൽകേണ്ടതുണ്ട്. ദേശീയ വിമോചന പോരാട്ടത്തിൽ കമ്യൂണിസ്റ്റുകാരുടെ പങ്കാണ് ഒന്നാമത്തേത്. രണ്ടാമത്തേതാകട്ടെ ഇന്ത്യാവിഭജനത്തിൽ പാർട്ടിക്കുള്ള പങ്കും.

ഇന്ത്യൻ സ്വാതന്ത്ര്യസമരത്തിൽ ഇടതുപക്ഷത്തിന്റെ പങ്കിനെ സംബന്ധിച്ച് വ്യക്തമായും ഒട്ടേറെത്തവണ പ്രതിപാദിച്ചിട്ടുള്ളതുകൊണ്ട് അതിന്റെ വിശദാംശങ്ങളിലേക്ക് കടക്കേണ്ടതായിട്ടില്ല. അവയോട് കൂട്ടിച്ചേർക്കാനുള്ള ഒന്ന് ക്വിറ്റ് ഇന്ത്യൻ പ്രക്ഷോഭത്തിന്റെ സുവർണ ജൂബിലി ആഘോഷിക്കവേ അർധരാത്രിയിൽ ചേർന്ന പാർലമെന്റ് സെഷനിലെ ചർച്ചയിൽ ഇടപെട്ടുകൊണ്ട് അന്നത്തെ പ്രസിഡന്റ് ഡോ. ശങ്കർ ദയാൽ ശർമ പറഞ്ഞു: 'കാൺപൂർ, ജംഷഡ്പൂർ, അഹമ്മദാബാദ് തുടങ്ങിയ പ്രദേശങ്ങളിലെ മില്ലുകളിൽ നടന്ന വമ്പിച്ച പണിമുടക്കുസമരങ്ങളെ സംബന്ധിച്ച് 1942 സെപ്റ്റംബർ 5-ന് ഡൽഹിയിൽനിന്നും ലണ്ടനിലെ സെക്രട്ടറി ഓഫ് സ്റ്റേറ്റിന് അയച്ചുകൊടുത്ത റിപ്പോർട്ടിൽ ഇന്ത്യയിലെ കമ്യൂണിസ്റ്റുകാരെ സംബന്ധിച്ചുള്ള സൂചന ശ്രദ്ധേയമാണ്. 'ഈ പാർട്ടിയിലെ ഭൂരിപക്ഷം അംഗങ്ങളുടെയും പെരുമാറ്റം തെളിയിക്കുന്നത് പലപ്രാവശ്യം വ്യക്തമാക്കിയതുപോലെ, ബ്രിട്ടീഷ്-വിരുദ്ധ വിപ്ലവകാരികളാണ് കമ്യൂണിസ്റ്റുകാർ എന്നാണ്.'

നേരെമറിച്ച് സ്വാതന്ത്ര്യ സമരചരിത്രത്തിൽ ആർ എസ് എസിന് ഒരു പങ്കുമില്ലെന്ന കാര്യം തുറന്നുകാട്ടപ്പെട്ട രഹസ്യമാണ്. 1942-ലെ ക്വിറ്റിന്ത്യാ പ്രക്ഷോഭകാലത്ത് ബോംബെയിലെ ആഭ്യന്തര വകുപ്പു ഇങ്ങനെ നിരീക്ഷിക്കുകയുണ്ടായി. '1942 ആഗസ്തിൽ പൊട്ടിപ്പുറപ്പെട്ട ശല്യപ്പെടുത്തലുകളിൽ നിന്ന് സംഘ് ഒഴിഞ്ഞു നിൽക്കുന്നത് നിയമ വാഴ്ചയോട് അവർക്കുള്ള നിഷ്കർഷകൊണ്ടാണ്.' ഒരു പ്രകാശഗോപുരം പോലെ അവർക്കിടയിൽ നിലകൊണ്ട നാനാജി ദേശ്മുഖ് ഒരിക്കൽ ചോദിക്കുകയുണ്ടായി: 'ദേശീയ സ്വാതന്ത്ര്യപോരാട്ടങ്ങളിൽ ആർ എസ് എസ് ഒരു സംഘടന എന്ന നിലയിൽ എന്തിനു പങ്കെടുക്കണം?' എന്നു മാത്രമല്ല, ദേശീയ പ്രക്ഷോഭത്തിന്റെ സുദീർഘമായ കാലയളവിൽ ആർ എസ്

എസ് മിക്കപ്പോഴും ദേശീയ പ്രക്ഷോഭത്തെ എതിർത്തുപോന്ന നാട്ടുരാജാക്കന്മാരുമായി സഹകരിക്കുകയായിരുന്നു. ഇന്ത്യയുടെ ഭാഗമാകാതെ വേറിട്ടു നിൽക്കുക എന്ന നിലപാടു സ്വീകരിച്ച കാശ്മീരിലെ രാജാഹരി സിംഗ് അവരുടെ ഏറ്റവും അടുത്ത സഹപ്രവർത്തകനായിരുന്നുവല്ലോ.

ആ നിലയിൽ ദേശീയ വിമോചന പ്രസ്ഥാനത്തെ വഞ്ചിക്കുകയും ബ്രിട്ടീഷുകാരുമായി സഹവർത്തിത്വം സ്ഥാപിക്കുകയും ചെയ്തവർ ആരാണെന്ന് കാണാൻ പ്രയാസമില്ല. മതത്തിന്റെ അടിസ്ഥാനത്തിൽ രാജ്യം വെട്ടിമുറിക്കുന്നത് വിപൽക്കരമാണെന്ന നിലപാടാണ് എന്നും കമ്യൂണിസ്റ്റുകാർ സ്വീകരിച്ചുപോന്നിട്ടുള്ളത്. ഇപ്പോഴും അതിന്റെ പ്രത്യാഘാതങ്ങൾ അനുഭവിക്കുകയാണല്ലോ. അധികാര കൈമാറ്റവുമായി ബന്ധപ്പെട്ട് ബ്രിട്ടീഷ് സാമ്രാജ്യത്വം അന്നത്തെ യഥാർഥ പരിതഃസ്ഥിതികൾ കണക്കിലെടുത്ത് ഇന്ത്യൻ ഭരണവർഗവുമായി ചേർന്ന് അവലംബിച്ച അപനയങ്ങളാണ് വിഭജനത്തിൽ ചെന്ന് കലാശിച്ചത്.

ഇത്തരം ഒരു നടപടി സ്വീകരിക്കാൻ ബ്രിട്ടീഷുകാർക്ക് ശക്തമായ പിന്തുണ നൽകിയത് ആരാണ്? അതിൽ ആദ്യവ്യക്തി ദ്വിരാഷ്ട്രവാദത്തിന്റെ ശിൽപ്പിയായി പരിഗണിക്കപ്പെടുന്ന കാവിപ്പടയുടെ നായകൻ വീർ സവർക്കർ അല്ലാതെ മറ്റാരുമല്ല. മുസ്ലീംലീഗും മുഹമ്മദാലി ജിന്നയും ദ്വിരാഷ്ട്രവാദം ഉന്നയിക്കുന്നതിനും കൃത്യം മൂന്നു വർഷം മുമ്പ് ഹിന്ദുമഹാസഭയുടെ അധ്യക്ഷവേദിയിൽ നിന്ന് സവർക്കർ പറഞ്ഞു: 'ഞങ്ങൾ ഹിന്ദുക്കൾ വേറിട്ടൊരു രാഷ്ട്രം തന്നെ..... ഞങ്ങൾ, ഹിന്ദുക്കൾ, ശാശ്വതമായ ഒരു രാഷ്ട്രമായി അടയാളപ്പെടുത്തപ്പെട്ടിരിക്കുന്നു.' (ഇന്ത്യൻ ആന്വൽ രജിസ്ത്രാർ –1939, വാള്യം 2) അദ്ദേഹം ആവർത്തിക്കുന്നു. 'ശ്രീ ജിന്നയുടെ ദ്വിരാഷ്ട്ര വാദം സംബന്ധിച്ച് കലഹിക്കാൻ ഞാനില്ല. ഞങ്ങൾ ഹിന്ദുക്കൾ തന്നെ ഒരു രാഷ്ട്രമത്രെ. ഹിന്ദുക്കളും മുസ്ലീങ്ങളും രണ്ടു രാഷ്ട്രമാണെന്നത് ചരിത്രപരമായ ഒരു വസ്തുതയാണ്.' (ഇന്ത്യൻ ആന്വൽ രജിസ്ത്രാർ –1943, വാള്യം 2)

ജനകീയ താൽപ്പര്യങ്ങൾ പരിഗണിക്കാതെ, ഇവർ നിരന്തരം എതിർപ്പു പ്രകടിപ്പിക്കുന്നത്. അധിക്ഷേപം ചൊരിയുന്നത്, ആവേശ പ്രചോദിതരായി രാജ്യത്തിനുവേണ്ടി ജീവൻ ബലിദാനം ചെയ്ത എണ്ണിയാലൊടുങ്ങാത്ത ധീരദേശാഭിമാനികളെയാണ്; അവരാകട്ടെ രാജ്യത്തെ ഇടതുപക്ഷ പ്രസ്ഥാനത്തിന്റെ പ്രകാശ ഗോപുരങ്ങളും.

വർഗീയ ഫാസിസ്റ്റ് പ്രചാരണത്തിന് അടിത്തറയായി ഇവർ ഉപയോഗിക്കുന്നത് കെട്ടിയുണ്ടാക്കുന്ന നുണകളാണ്. രാജ്യത്തെ ജനാധിപത്യ–മതനിരപേക്ഷ അടിത്തറയെ മാറ്റിമറിച്ച് അസഹിഷ്ണുതയാർന്ന ഒരു ഫാസിസ്റ്റ് 'ഹിന്ദു രാഷ്ട്ര നിർമിതി'ക്കുവേണ്ടിയാണ് ഇന്ത്യയുടെ സമ്പന്നമായ ചരിത്ര പൈതൃകത്തെ ഇവർ വികലമാക്കുന്നത്. ഇത് ഒരു സാഹചര്യത്തിലും അനുവദിച്ചുകൂടാ.

(*പീപ്പിൾസ് ഡമോക്രസിയുടെ* മുഖപ്രസംഗം–
2002 ഒക്ടോബർ 6)

എം എസ് ഗോൾവാൾക്കറുടെ *നമ്മൾ അഥവാ നമ്മുടെ ദേശീയത നിർവചിക്കപ്പെടുന്നു.* (ഭാരത് പബ്ലിക്കേഷൻസ്, 1939, രൂപ 1) എന്ന പുസ്തകത്തെ ചുറ്റിപ്പറ്റി വീണ്ടും ഒട്ടധികം വിവാദം ഉയർന്നു വന്നിരിക്കുന്നു. വിവാദം കാവിപ്പടയുടെ അങ്കലാപ്പിനെ കേന്ദ്രീകരിച്ചുകൊണ്ടാണ്. ഒരു ഹിന്ദുരാഷ്ട്രം സ്ഥാപിക്കുക എന്നതാണല്ലോ അവരുടെ യഥാർഥ ദൗത്യം. ആ ദൗത്യം അതിന്റെ എല്ലാ ഫാസിസ്റ്റ് സ്വഭാവത്തോടുംകൂടി ഈ പുസ്തകം തുറന്നുകാട്ടിക്കൊണ്ടിരിക്കുകയാണെന്ന കാര്യം അവർ മനസിലാക്കുന്നു. അതുകൊണ്ട് ജനാധിപത്യത്തിന്റെ പ്രണേതാക്കളാണ് തങ്ങളെന്ന് നടിച്ചുകൊണ്ട് ഇന്ത്യൻ ജനതയെ വഴിതെറ്റിക്കാൻ അവർ നടത്തുന്ന ശ്രമങ്ങളെ പൊളിക്കേണ്ടത് പ്രധാനപ്പെട്ട കാര്യമാണ്.

ഈ പുസ്തകം എഴുതിയത് വാസ്തവത്തിൽ ഗോൾവാൾക്കറല്ലെന്നും 1942–നുശേഷം അത് പുനഃപ്രസിദ്ധീകരിക്കുകയുണ്ടായിട്ടില്ലെന്നും മറ്റും കാവിപ്പടയുടെ വിവിധ വക്കാലത്തുകാർ വിവിധ സ്വരങ്ങളിൽ വീറോടെ വാദിക്കുന്നു. പക്ഷേ, ഗോൾവാൾക്കറുടെ ഏതെങ്കിലുമൊരു നിലപാടിൽനിന്ന് കാര്യമായ യാതൊരു പിൻമാറ്റവും ഇവരിൽ ഒറ്റയാളും നടത്തുന്നില്ല എന്നുള്ളത് രസകരംതന്നെ.

1993 ജനുവരി 7–ലെ *ജനസത്ത*യിൽ ന്യൂഡൽഹിയിലെ ദീൻദയാൽ ഉപാധ്യായ ഗവേഷണകേന്ദ്രത്തിലെ ഒരു മുതിർന്ന ആർ എസ് എസ് ഭാരവാഹി അവകാശപ്പെട്ടതുപോലെ ഈ പുസ്തകം ഗോൾവാൾക്കർ എഴുതിയതല്ലെന്നും വി ഡി സവർക്കറുടെ സഹോദരനായ ബാബറാവു ജി ഡി സവർക്കറുടെ *രാഷ്ട്രമീമാംസ* എന്ന മറാഠി കൃതിയുടെ ഒരു

വെറും പരിഭാഷ മാത്രമാണെന്നും പറയുന്നവരുടെ അറിവിലേക്കായി ഇതാ പുസ്തകത്തിന്റെ ഒന്നാം പതിപ്പിന് 1939 മാർച്ച് 22–ന് ഗോൾവാൾക്കർ എഴുതിയ ആമുഖത്തിൽ നിന്നൊരു ഉദ്ധരണി.

> ഈ കൃതി ചമയ്ക്കുന്നതിന് സൂചനാതീതമാംവിധം അസംഖ്യം കേന്ദ്രങ്ങളിൽ നിന്ന് എനിക്ക് സഹായം ലഭിച്ചിട്ടുണ്ട്. അവരോടെല്ലാം ഹൃദയംഗമമായി ഞാൻ നന്ദി പറയുന്നു. പക്ഷേ, ഒരാളുടെ പേർ–ദേശഭക്തൻ ജി ഡി സവർക്കർ–പ്രത്യേകം എടുത്തു പറയുകയും അദ്ദേഹത്തോടുള്ള കൃതജ്ഞത പ്രകാശിപ്പിക്കുകയും ചെയ്യാതിരിക്കാൻ എനിക്ക് കഴിയുകയില്ല. എനിക്ക് പ്രചോദനവും സഹായവും അരുളിയ മുഖ്യ ഉറവിടങ്ങളിലൊന്ന് അദ്ദേഹത്തിന്റെ *രാഷ്ട്രമീമാംസ* എന്ന മറാഠി കൃതിയാണ്. അതിന്റെ ഒരു ഇംഗ്ലീഷ് പരിഭാഷ താമസിയാതെ പുറത്തിറങ്ങുന്നുണ്ട്. വിഷയത്തെക്കുറിച്ച് കൂടുതൽ സമഗ്രപഠനത്തിനായി ആ പുസ്തകത്തിലേക്ക് വായനക്കാരുടെ ശ്രദ്ധ ക്ഷണിക്കാൻ ഞാൻ ഈ അവസരം വിനിയോഗിച്ചുകൊള്ളുന്നു.
>
> 1938 നവംബർ ആദ്യവാരത്തിൽ തന്നെ ഈ പുസ്തകത്തിന്റെ കൈയെഴുത്തുപ്രതി തയ്യാറായിക്കഴിഞ്ഞതാണ്. പക്ഷേ, പല ബുദ്ധിമുട്ടുകൾ കാരണം ഇതിന്റെ പ്രകാശനം വൈകുകയായിരുന്നു. (ഗോൾവാൾക്കർ, 1939, പേജ് 4)

അങ്ങനെ കർതൃത്വം സംശയാതീതമായിരിക്കുന്ന സ്ഥിതിക്ക് ഒരു കാര്യം നമുക്ക് സുനിശ്ചിതമായി പറയാൻ കഴിയും: പുസ്തകം പുനഃപ്രസിദ്ധീകരിക്കുന്നതിന് വിലക്കോ 1942–നുശേഷം അത് പിൻവലിക്കുകയോ ഉണ്ടായിട്ടില്ല. (അത്തരം ഒരു അവകാശവാദം *ജനസത്ത*യിൽ അതേ ആർ എസ് എസ് ഭാരവാഹി നടത്തിയതിന്റെ അടിസ്ഥാനത്തിൽ *നവഭാരത് ടൈംസിന്റെ* പത്രാധിപർ എന്റെ ഒരു ലേഖനത്തിന് ആർ എസ് എസ് ഈ പുസ്തകം പിൻവലിച്ചതായി അവകാശപ്പെടുന്നു എന്ന് ഒരു അടിക്കുറിപ്പ് കൊടുക്കുകയുണ്ടായി!) പുസ്തകത്തിന്റെ 1947–ൽ പ്രസിദ്ധീകരിച്ച, നാലാം പതിപ്പ് (*ഗോൾവാൾക്കർ*, 1947) ഞങ്ങളുടെ കൈവശമുണ്ട്. ചിലയിടങ്ങളിൽ പരുഷമായ ഭാഷ പരിഷ്കരിച്ചിട്ടുണ്ടെങ്കിലും (ഉദാഹരണത്തിന്, വിവരദോഷികൾ എന്നതിനുപകരം 'വഴിതെറ്റിക്കപ്പെട്ടവർ' എന്ന് ചേർത്തിരിക്കുന്നു) ഉള്ളടക്കം അതുതന്നെയാണ്. പക്ഷേ, അത്തരം പരിഷ്കാരങ്ങൾ ഗ്രന്ഥകാരൻ തന്റെ ആമുഖത്തിൽ സൂചിപ്പിക്കുകപോലും ചെയ്യാത്തവിധം അത്ര നിസ്സാരമാണ്. സൂക്ഷ്മമായി പരിശോധിച്ചാലല്ലാതെ അവ കണ്ടെത്താനും കഴിയില്ല. ഒടുവിലത്തെ പതിപ്പിൽ വിട്ടുകളഞ്ഞിട്ടുള്ള ഒരു പ്രധാന ഇനം പുസ്തകത്തിന് ലോകനായക് എം എസ് ആനേയ് എന്നൊരാൾ എഴുതിയ അവതാരികയാണ്.

അതിന്റെ കാരണങ്ങൾ കണ്ടെത്താൻ വലിയ വിഷമമൊന്നുമില്ല. ആനേയ് പറയുന്നു:

> തന്റെ ദേശീയതാ സിദ്ധാന്തത്തോട് യോജിക്കാത്തവരുടെ നേർക്ക് ഗ്രന്ഥകാരൻ പ്രയോഗിച്ചിരിക്കുന്ന ശക്തവും വികാരഭരിതവുമായ ഭാഷ ദേശീയതപോലെ സങ്കീർണമായ ഒരു പ്രശ്നത്തിന്റെ ശാസ്ത്രീയമായ പഠനത്തിലേർപ്പെടാൻ അർഹമാക്കുന്ന തരത്തിലുള്ള അന്തസിന് നിരക്കുന്നതല്ല എന്നുകൂടി കൂട്ടിച്ചേർക്കാനും ഞാൻ ആഗ്രഹിക്കുന്നു. ഈ അവതാരികയിൽ ഈ നിരീക്ഷണങ്ങൾ നടത്തേണ്ടിവന്നതിൽ എനിക്ക് വേദനയുണ്ട്. (*ഗോൾവാൾക്കർ*, 1939 പേജ് 18)

ഇത്തരം അഭിപ്രായങ്ങൾ വിഭജനത്തിന് തൊട്ടുമുമ്പ് വളർന്നുകൊണ്ടിരിക്കുന്ന വർഗീയ സംഘർഷങ്ങളുടെയും കുഴപ്പങ്ങളുടെയും മെച്ചം മുച്ചൂടും ആർ എസ് എസ് കൊയ്തുകൊണ്ടിരുന്ന ഒരു സമയത്തായിരുന്നെങ്കിൽ അനുവദിക്കപ്പെടുമായിരുന്നില്ല. വികാരഭ്രാന്തിളക്കിവിടുന്ന തരത്തിലുള്ള ഈ പുസ്തകത്തിന്റെ പ്രചാരണമൂല്യം കുറച്ചു കണ്ടുകൂടാ.

അവർ ഇപ്പോൾ നടത്തിക്കൊണ്ടിരിക്കുന്ന അവാസ്തവികപ്രചാരണം അവരുടെ പ്രത്യയശാസ്ത്രത്തിന്റെ അടിത്തറ മൂടിവയ്ക്കാൻ വേണ്ടിയുള്ളതാണ്. കാരണം കാവിപ്പടയുടെ ഇന്നത്തെ ദൗത്യത്തിന്റെ യഥാർഥ സ്വഭാവത്തിന്റെ ഏറ്റവും വ്യക്തമായ പ്രകടിതരൂപമായിതന്നെ ഗോൾവാൾക്കറുടെ പുസ്തകം ഇന്നും തുടരുന്നു.

ജെ എ ക്യൂറാന്റെ *ഇന്ത്യൻ രാഷ്ട്രീയത്തിലെ വീറുറ്റ ഹിന്ദുയിസം-ആർ എസ് എസിനെക്കുറിച്ചുള്ള ഒരു പഠനം* എന്നഗ്രന്ഥത്തിൽനിന്ന് ആർ എസ് എസിനെക്കുറിച്ചുള്ള വളരെ അനുഭാവപൂർവമായ ഒരു ആഖ്യാനം ഉദ്ധരിക്കുകയേ നമുക്ക് കരണീയമായിട്ടുള്ളൂ.

സംഘത്തിന്റെ അസൽ പ്രത്യയശാസ്തം അധിഷ്ഠിതമായിരിക്കുന്നത് അതിന്റെ സ്ഥാപകനായ ഡോ. ഹെഡ്ഗേവർ ആവിഷ്കരിച്ച തത്വങ്ങളിലാണ്. ഈ തത്വങ്ങളെ ഇന്നത്തെ നേതാവ് 1939-ൽ എഴുതിയ തന്റെ *നമ്മൾ അഥവാ നമ്മുടെ ദേശീയത നിർവചിക്കപ്പെടുന്നു* എന്ന ലഘുഗ്രന്ഥത്തിൽ സമാഹരിക്കുകയും വിപുലീകരിക്കുകയുമാണ് ചെയ്തിരിക്കുന്നത്.

ഈ ഗ്രന്ഥത്തെ ആർ എസ് എസിന്റെ 'വേദപുസ്തകം' എന്ന് വിശേഷിപ്പിക്കാവുന്നതാകുന്നു. സംഘത്തിന്റെ സന്നദ്ധഭടന്മാരെ സിദ്ധാന്തപ്രമത്തരാക്കുന്നതിലുള്ള പ്രാഥമിക പാഠപുസ്തകമാണിത്. ഇന്നത്തേതിൽ നിന്ന് വ്യത്യസ്തമായ ഒരു ദേശീയ സാഹചര്യത്തിൽ പന്ത്രണ്ട് വർഷം മുമ്പ് എഴുതിയ പുസ്തകമാണിത്. എങ്കിൽ തന്നെയും,

'ഇതിലെ തത്വങ്ങൾ തികച്ചും പ്രയോഗക്ഷമമാണെന്ന് സംഘാംഗങ്ങൾ കണക്കാക്കുന്നു.' (*ക്യൂറാൻ*, 1979, പേജ് 39)

ആർ എസ് എസിനെ സംബന്ധിച്ചിടത്തോളം ഈ പുസ്തകത്തിനുള്ള പ്രാധാന്യം അതിന്റെ ചരിത്രത്തിൽ ഗോൾവാൾക്കറിന്റെ പങ്കുമായി ബന്ധപ്പെടുത്തിയും കാണേണ്ടതുണ്ട്. ആർ എസ് എസിന്റെ മേധാവി എന്ന നിലയിൽ ഗോൾവാൾക്കർ ഭരണസാരഥ്യം ഏറ്റെടുത്തത് 1940–ലാണ്. അതിന് രണ്ട് വർഷം മുമ്പ്, അതായത് 1938–ൽ അദ്ദേഹത്തെ ഹെഡ്ഗേവർ ആർ എസ് എസിന്റെ ജനറൽ സെക്രട്ടറിയായി നിയമിച്ചിരുന്നു. ആർ എസ് എസിൽ സ്ഥാനമൊഴിയുന്ന സർസംഘ്ചാലക്ക് (മേധാവി) ആണ് എല്ലായ്പ്പോഴും പുതിയ ആളിനെ നാമനിർദേശം വഴി നിയമിക്കുന്നത് എന്ന് ആനുഷംഗികമായി പറഞ്ഞുകൊള്ളട്ടെ. അദ്ദേഹം മരണംവരെ ആ സ്ഥാനത്ത് തുടരുകയും ചെയ്യും. അത്രയാണ് അവരുടെ ജനാധിപത്യ വിശ്വാസത്തിന്റെ ഉറപ്പ്!

ഗോൾവാൾക്കർ 1973 വരെ ആ സ്ഥാനത്ത് തുടർന്നു. അദ്ദേഹത്തിന്റെ പങ്ക്, വിശേഷിച്ചും 1930 മുതൽ 1954 വരെയുള്ള ആദ്യഘട്ടത്തിലേത് ഇങ്ങനെ സംക്ഷേപിച്ചിരിക്കുന്നു:

> ആർ എസ് എസിനെയും അതിന്റെ 'പരിവാര'ത്തെയും സംബന്ധിച്ചിടത്തോളം പ്രത്യേക സമയങ്ങൾക്കും സദസുകൾക്കും (വിശേഷിച്ചും കലാപങ്ങളുടെ സമയത്ത്) പറ്റിയ വിധത്തിൽ എടുത്ത് പ്രയോഗിക്കാവുന്ന ഒരു ചരിത്ര സ്രോതസായി അത് (ഗോൾവാൾക്കറുടെ നേതൃത്വം) ഇന്ന് നിലകൊള്ളുന്നു. ഹിന്ദുത്വത്തിന്റെ വിജയം നമ്മുടെ നാടിന് എന്താവും ശരിക്കും വരുത്തിവയ്ക്കുക എന്ന് മനസിലാക്കുന്നതിന് അത് വിശിഷ്യാ സഹായകമാണുതാനും. (*ബാസു, ദത്ത, സർക്കാർ, സർക്കാറും സെന്നും* , 1993, പേജ് 25)

കാവിപ്പടയ്ക്ക് പ്രത്യയശാസ്ത്രപരമായ ഒരു രൂപകൽപ്പന പ്രദാനം ചെയ്യുന്നു എന്നതാണ് ഗോൾവാൾക്കറുടെ സ്ഥായിയായ സ്വാധീനത്തിന് നിദാനം. അത് വെറും ആശയങ്ങളുടെയോ തത്വങ്ങളുടെയോ മാത്രമല്ല ഹിന്ദുരാഷ്ട്രമെന്ന് ഫാസിസ്റ്റ് ലക്ഷ്യം നേടുന്നതിനുള്ള ഒരു സംഘടനാചട്ടക്കൂട് സ്ഥാപിക്കുക എന്ന നിലയിലും കൂടിയാണ്.

മഹാത്മാഗാന്ധിയുടെ വധത്തെ തുടർന്ന് ആർ എസ് എസിന്റെ മേൽ ഏർപ്പെടുത്തിയ നിരോധനം നീക്കിയതിനുശേഷമുള്ള കാലഘട്ടത്തിൽ ഇത് കടുകട്ടിയായി പ്രകടമായി. (1948 ഫെബ്രുവരി 4 മുതൽ 1949 ജൂലായ് 12 വരെയാണ് നിരോധനം നിലവിലുണ്ടായിരുന്നത്.) നിരോധനം നീക്കിക്കിട്ടുന്നതിനുവേണ്ടി കൂടിയാലോചിക്കുന്നതിൽ അതീവ താൽപ്പര്യമുണ്ടായിരുന്ന ആർ എസ് എസ് കപടമായ സന്ധി

ചെയ്യലുകളുടെ ഒരു മാർഗമാണ് സ്വീകരിച്ചത്. *ക്യൂറാൻ* രേഖപ്പെടുത്തുന്നു:

> നിയമാനുസൃതത്വം വീണ്ടുകിട്ടിയ ഉടൻ താൻ ഗവൺമെന്റിന് 'യാതൊരു സമ്മതവും ഉറപ്പും' നൽകിയിട്ടില്ല എന്നുള്ള ഗോൾവാൾക്കറുടെ പ്രസ്താവന 'മുഖം' രക്ഷിക്കാൻ വേണ്ടി നടത്തിയ ഒരു വിഫലശ്രമമായിരുന്നു. സംഘടനയ്ക്കകത്ത് തിരഞ്ഞെടുപ്പ് നടത്തുന്നതിനുള്ള നിബന്ധനകളും വർഗീയതയെ തള്ളിപ്പറയാമെന്നും മറ്റ് സമുദായങ്ങളോട് സഹിഷ്ണുതാമനോഭാവം പുലർത്താമെന്നുമുള്ള വാഗ്ദാനവും സംഘത്തിന്റെ പൂർവകാല പ്രവർത്തനരീതിക്ക് തികച്ചും വിരുദ്ധമാണെന്നിരിക്കെ അവ അംഗീകരിച്ചത് ഗവൺമെന്റ് ശഠിച്ചതുകൊണ്ടെന്ന് വ്യക്തമാണ്.
>
> പക്ഷേ, ഈ നിബന്ധനകൾ പാലിച്ചില്ല. സംഘാംഗങ്ങൾ പ്രവൃത്തിയിൽ അവയെ നിരന്തരമായി അവഗണിക്കുകയാണു ചെയ്തത്. (ക്യൂറാൻ, 1979, പേജ് 31–32)

ഗവൺമെന്റ് നിർബന്ധിച്ചതുകൊണ്ട് ആർ എസ് എസ് ഒരു ഭരണഘടന രൂപീകരിച്ചു. (അത് ഇന്നേ തീയതിവരെ പൊതുപരിശോധനയ്ക്ക് ലഭ്യമായിട്ടില്ല) വകുപ്പ്, 3 പറയുന്നു:

> ഹിന്ദു മത സമുദായത്തിലെ വിഭിന്ന വിഭാഗങ്ങളെ ഏകോപിപ്പിക്കുകയും അതിന്റെ ധർമസംസ്കൃതികളുടെ അടിസ്ഥാനത്തിൽ അതിനെ പുനരുജ്ജീവിപ്പിക്കുകയും പുനരുത്തേജിപ്പിക്കുകയും അതുവഴി ഭാരതവർഷത്തിന്റെ സർവതോമുഖമായ അഭിവൃത്തി കൈവരിക്കുകയും ചെയ്യുക എന്നതാണ് സംഘത്തിന്റെ ഉദ്ദേശ്യലക്ഷ്യങ്ങൾ. *(ക്യൂറാൻ*, ഉദ്ധരിച്ചിട്ടുള്ളത്, 1979 പേജ് 35)

പക്ഷേ, ക്യൂറാൻ തന്നെ കൂട്ടിച്ചേർക്കുന്നു:

> ഒരു ഹിന്ദു രാഷ്ട്രത്തിനുവേണ്ടി വീറോടും അസഹിഷ്ണുതയോടുംകൂടി വാദിക്കുന്നതിന്റെ യാതൊരു സൂചനയും ഭരണഘടനയിലില്ല.
>
> ഭരണഘടനയിൽ ഉൾക്കൊള്ളിച്ചിരിക്കുന്ന ഔപചാരികമായ ലക്ഷ്യങ്ങളും സംഘത്തിന്റെ യഥാർഥ പദ്ധതികളും തമ്മിൽ അടിസ്ഥാനപരമായ ഒരു വ്യത്യാസമുണ്ട്. ലക്ഷ്യങ്ങളും മാർഗങ്ങളും രഹസ്യമാക്കി വയ്ക്കുകയില്ലെന്ന് സംഘം സത്യം ചെയ്യുന്നു. പക്ഷേ, ഭരണഘടനയിലെ സഹിഷ്ണുതാ നിർഭരമായ ഹൈന്ദവ ദർശനവും അംഗങ്ങൾക്കിടയിൽ സന്നിവേശിപ്പിക്കുന്ന

> ഭ്രാന്തമായ ഹൈന്ദവാനുകൂലവും അഹൈന്ദവവിരുദ്ധവുമായ ലക്ഷ്യങ്ങളും തമ്മിലുള്ള പൊരുത്തക്കേട് വ്യക്തമാണ്. പ്രഖ്യാപിക്കപ്പെട്ടിട്ടുള്ള ദർശനം സംഘത്തിന്റെ യഥാർഥ ഉദ്ദേശ്യങ്ങളുടെ വിളർത്തതും മിക്കപ്പോഴും കപടവുമായ ഒരു പ്രതിഫലനമാണ്... സംഘത്തിന്റെ ആദർശങ്ങൾ കണ്ടമാനം പരസ്യമായി പ്രകാശിപ്പിച്ചാൽ അതിന്റെ ഫലം നിസ്സംശയമായും ആർ എസ് എസിന്റെ പ്രവർത്തനങ്ങൾ അടിച്ചമർത്തപ്പെടുക എന്നതായിരിക്കും. സാഹചര്യങ്ങൾ ഗവൺമെന്റിന് വളരെ അനുകൂലമായിരിക്കുമ്പോൾ അതുമായി ഒരു പരസ്യ സംഘട്ടനത്തിന് ഒരുമ്പെടാതിരിക്കത്തക്കവണ്ണം അത്ര തന്ത്രശാലികളാണ് സംഘത്തിന്റെ നേതാക്കൾ. (*ക്യൂറാൻ*, 1979, പേജ് 35–36).

ഇതിന് അനുസൃതമായാണ് ഇന്ത്യൻ ഭരണഘടന 'അഭാരതീയ' മാണെന്ന ആർ എസ് എസിന്റെ വിമർശനം 1949 സപ്തംബറിൽ ലക്നൗവിൽ വച്ച് ഗോൾവാൾക്കർ പരസ്യമായി ഉയർത്തിയത്. ഇതിലും ഭരണഘടനയെ 'അഹൈന്ദവം' എന്ന് ഇന്നത്തെ വി എച്ച് പി നേതാക്കൾ വിശേഷിപ്പിക്കുന്നതിനും തമ്മിൽ തീർച്ചയായും സാദൃശ്യമുണ്ട്.

ഇത്തരം തന്ത്രപരമായ വേലയിറക്കുകൾ കൂടാതെ സംഘടനാപരമായ ചില മുൻകൈകളും ഗോൾവാൾക്കർ പ്രയോഗിച്ചു. നിരോധനം പിൻവലിക്കുന്നത് സംബന്ധിച്ച് ഗവൺമെന്റുമായുണ്ടാക്കിയ ഒത്തുതീർപ്പിനെത്തുടർന്നാണ് ഗോൾവാൾക്കർ ഇന്ന് കുപ്രസിദ്ധിയാർജിച്ചിരുക്കുന്ന സംഘപരിവാരം സ്ഥാപിക്കാൻ പുറപ്പെട്ടത്. തന്ത്രം വ്യക്തമായിരുന്നു. പൊതുജനദൃഷ്ടിയിൽ ആർ എസ് എസ് 'സാംസ്കാരിക പ്രവർത്തന'ത്തിൽ മാത്രമായി ഒതുങ്ങിനിൽക്കും. അതേസമയം അതിന്റെ ഘടകങ്ങൾ 'ഹിന്ദുരാഷ്ട്ര സന്ദേശം' പ്രചരിപ്പിച്ചുകൊണ്ട് നാനാഭാഗങ്ങളിലേക്ക് പ്രവർത്തനം വ്യാപിപ്പിക്കുകയും ചെയ്യും. പുറമെ സ്വതന്ത്രമെന്ന് തോന്നിപ്പിക്കുന്ന ഈ നീരാളി കൈകൾ ആർ എസ് എസ് ഒന്നിച്ച് വിളക്കിച്ചേർത്തിരിക്കുന്നവയാണ്. ഈ സംഘടനാ ശൃംഖല ഇന്നിപ്പോൾ എല്ലാവർക്കും കാണാൻ കഴിയുന്നതുമാണ്.

പക്ഷേ, ഗോൾവാൾക്കറുടെ മുഖ്യമായ മുൻകൈ ദൃശ്യമാകുന്നത് 'വിവിധ ഹൈന്ദവ വിഭാഗങ്ങളും പ്രവണതകളും തമ്മിലുള്ള അനവധി ഭിന്നതകൾ അവസാനിപ്പിക്കുന്നതിനും ഒത്തൊരുമിച്ച് പ്രവർത്തിക്കുന്നതിനും വിദേശത്തുള്ള ഹിന്ദുക്കളുമായി ബന്ധം വയ്ക്കുന്നതിനും ഉള്ള മാർഗങ്ങളെക്കുറിച്ച് ചർച്ചചെയ്യുന്നതിനുവേണ്ടി' 1964 മധ്യത്തിൽ ഹിന്ദു മതനേതാക്കളെ സംഘടിപ്പിക്കാൻ നടത്തിയ ശ്രമത്തിലാണ്. 'അങ്ങനെ വിശ്വഹിന്ദുപരിഷത്തിന് അടിത്തറപാകി. ഒരു ആർ എസ് എസ് പ്രചാരകനായ ശിവറാം ശങ്കർ ആപ്തെ അതിന്റെ ആദ്യത്തെ ജനറൽ സെക്രട്ടറിയാവുകയും ചെയ്തിരുന്നു. ഇന്ന് ആർ എസ് എസ് ഘടകങ്ങളുടെ

കൂട്ടത്തിൽ ഏറ്റവും അപ്രതിഹതമായി മാറിയിരിക്കുന്ന വി എച്ച് പി യുടെ പിൽക്കാലമുന്നേറ്റം പ്രത്യേക പഠനം ആവശ്യപ്പെടുന്ന ഒന്നാണ്'

(*ബാസു, ദത്ത, സർക്കാർ, സർക്കാറും സെന്നും*, പേജ് 50)

എന്നും ആർ എസ് എസിന്റെ നേതൃത്വത്തിലും നിയന്ത്രണത്തിലുമായിരിക്കുന്ന ഒരു രാഷ്ട്രീയമുന്നണി ഉണ്ടാക്കുന്നതിന് 'പരിവാരം' എന്ന സംഘടനാ ചട്ടക്കൂടിനെ ഉപയോഗപ്പെടുത്തുക എന്നതാണ് അദ്ദേഹം കൈക്കൊണ്ട സംഘടനാപരമായ മറ്റൊരു മറുപടി. ഭാരതീയ ജനസംഘം ആരംഭിക്കുന്നതിന് സഹായിക്കുവാൻ 1951–ൽ അദ്ദേഹം തന്റെ അനുയായികളെ ശ്യാമപ്രസാദ് മുഖർജിയുടെ അടുത്തേക്കയച്ചു. അതിന്റെ പിൽക്കാല അവതാരമാണ് ഇന്നത്തെ ബി ജെ പി. അന്ന് അയച്ചവരുടെ കൂട്ടത്തിൽ ഉണ്ടായിരുന്നവരാണ് ദീൻദയാൽ ഉപാധ്യായ, അടൽബിഹാരി വാജ്പേയി, എൽ കെ അദ്വാനി, എസ് എസ് ഭണ്ഡാരി എന്നിവർ. (ഈ വസ്തുത *ബാസു, ദത്ത, സർക്കാർ, സർക്കാറും സെന്നും*, 1993, പേജ് 48–ൽ സൂചിപ്പിച്ചിട്ടുണ്ട്) ശരിക്കും ഈ കാരണം കൊണ്ടാണ് 1992 ഡിസംബർ 6–ലെ സംഭവങ്ങൾക്കുശേഷം അദ്വാനിയെ അറസ്റ്റുചെയ്തപ്പോൾ എസ് എസ് ഭണ്ഡാരി ബി ജെ പിയുടെ മുഖ്യവക്താവായത്.

അതുകൊണ്ട് കാവിപ്പടയുടെ ഇന്നത്തെ പ്രത്യയശാസ്ത്രാടിത്തറ രൂപപ്പെടുത്തുന്നതിൽ ഗോൾവാൾക്കർക്കുള്ള പങ്ക് കുറച്ചുകണ്ടുകൂടാ. സംഘടനാചട്ടക്കൂട് മുഴുവൻ തന്നെയും ഒരു രാഷ്ട്രീയ ലക്ഷ്യം നേടുന്നതിനുവേണ്ടി ഉള്ളതായിരുന്നു. ഇക്കാര്യം അർഥശങ്കയ്ക്കിടയില്ലാത്ത വിധം *നമ്മൾ അഥവാ നമ്മുടെ ദേശീയത നിർവചിക്കപ്പെടുന്നു* എന്ന പുസ്തകത്തിൽ പറഞ്ഞുവച്ചിട്ടുണ്ട്. കാവിപ്പടയ്ക്ക് ഈ പുസ്തകം സ്ഥായിയായ പ്രാധാന്യമുള്ളതാകുന്നതും അതുകൊണ്ടുതന്നെ. ഇന്ത്യ മധ്യയുഗ മതരാഷ്ട്രീയത്തിന്റെ അന്ധകാര ഗർത്തത്തിലേക്ക് വഴുതിവീഴരുതെന്ന് ആഗ്രഹിക്കുന്ന എല്ലാ ദേശാഭിമാനികളെയും സംബന്ധിച്ചിടത്തോളം ഈ പുസ്തകത്തിന്റെ ഉള്ളടക്കവും കാവിപ്പടയുടെ ഉള്ളിലിരിപ്പും ശരിയായി മനസിലാക്കേണ്ടത് ആവശ്യമാണ്.

ഗോൾവാൾക്കർ തന്റെ അഭ്യാസം മുഴുവൻ ആരംഭിക്കുന്നത് 'സ്വരാജ്' എന്ന വാക്കിന്റെ അർഥം തേടിക്കൊണ്ടാണ്. 'നമ്മൾ' എന്ന അർഥമുള്ള 'സ്വ' എന്നാൽ എന്താകുന്നു എന്ന് ചോദിച്ചുകൊണ്ട് അദ്ദേഹം ആരംഭിക്കുന്നു. പുസ്തകത്തിന്റെ ആമുഖത്തിൽ അദ്ദേഹം പറയുന്നു:

> നമ്മൾ എന്നത് കുറിക്കുന്നത് ദേശീയ പുനരുത്ഥാനത്തെയാണ്, അല്ലാതെ രാഷ്ട്രീയാവകാശങ്ങളുടെ ആകസ്മികമായ ഒരു കെട്ടിനെ–സ്റ്റേറ്റിനെ–അല്ല, നമുക്കുവേണ്ടത് സ്വരാജാണ്. അതുകൊണ്ട് ഈ 'സ്വ'യുടെ അർഥമെന്തെന്ന് നാം കൃത്യമായി അറി

ഞ്ഞിരിക്കുകയും വേണം. 'നമ്മുടെ രാജ്യം' ആരാണീ നമ്മൾ? (*ഗോൾവാൾക്കർ*, 1939 പേജ് 3)

'നമ്മൾ എന്നാൽ ഹിന്ദുക്കൾ എന്നാണ് അർഥമെന്നും സ്വരാജ് എന്നതിന്റെ അർഥം ഹിന്ദുരാജ് അഥവാ ഹിന്ദുരാഷ്ട്രം എന്നാണെന്നുമുള്ള സിദ്ധാന്തത്തിന്റെ വിസ്തരിക്കലാണ്, പുസ്തകം മുഴുവനും.

ഇന്ത്യ എന്നും ഒരു ഹിന്ദുരാഷ്ട്രമായിരുന്നു എന്നും അങ്ങനെ തന്നെ തുടർന്നുകൊണ്ടിരിക്കുന്ന ഒന്നാണെന്നും സമർഥിക്കുകയാണ് പുസ്തകത്തിന്റെ അടിസ്ഥാന ഉദ്ദേശ്യം. ഇന്ത്യ എന്നതുകൊണ്ട് 'കടൽ മുതൽ കടൽവരെയുള്ള ഭൂപ്രദേശങ്ങൾ' എന്നാണ് ഇവിടെ ഗോൾവാൾക്കർ അർഥമാക്കുന്നത്. അഫ്ഗാനിസ്ഥാൻ മുതൽ ബർമവരെ വ്യാപിച്ചുകിടക്കുന്നതും ശ്രീലങ്ക ഉൾപ്പെടുന്നതുമായ ഒരു ഇന്ത്യയുടെ ഭൂപടമാണ് പുസ്തകത്തിന്റെ പുറംചട്ടയിൽ കൊടുത്തിരിക്കുന്നത്. അത് വാസ്തവത്തിൽ അദ്ദേഹത്തിന്റെ ഭൂമിശാസ്ത്രപരമായ പരിമിതികളുടെ ഒരു രേഖാചിത്രമാണ് നൽകുന്നത്.

ചരിത്രം, ശാസ്ത്രം എന്നിവ രണ്ടിനെയും അതിവിദഗ്ധമായി വളച്ചൊടിക്കുകവഴി ഈ ഉദ്ദേശ്യം സാധിക്കുവാൻ ഗോൾവാൾക്കർ ശ്രമിക്കുന്നു. ഒന്നാമതായി നൂറ്റാണ്ടുകളിലൂടെ ഇന്ത്യയിൽ അധിവസിച്ച ജനതയുടെ സംസ്കാരത്തിന്റെയും പാരമ്പര്യങ്ങളുടെയും ഭാഷകളുടെയും ആചാരങ്ങളുടെയും വൈവിധ്യത്തെ ഒന്നടങ്കം ഏകശിലാരൂപമായ 'ഹിന്ദുയിസ'ത്തിലേക്ക് വെട്ടിയൊതുക്കാൻ കോപ്പിടുന്നു. രണ്ടാമതായി ഒരു ബാഹ്യശത്രുവിനെ (അതായത് ഹിന്ദുക്കൾക്ക് 'ബാഹ്യമായ') സൃഷ്ടിക്കുകയും ആ ശത്രുവിനോടുള്ള വെറുപ്പ് 'ഹിന്ദു'ഐക്യവികാരം ആളിക്കത്തിക്കുന്നതിനുവേണ്ടി വിനിയോഗിക്കുകയും ചെയ്യുന്നു.

ഇവിടെ ഗോൾവാൾക്കർ തീവ്രമായി ആശ്രയിച്ചത് ഹിറ്റ്ലറുടെ ഫാസിസത്തിന്റെ അനുഭവത്തെയാണ്. അദമലനായ ഫാസിസ്റ്റ് വിരോധിയും സാർവദേശീയ തൊഴിലാളിവർഗത്തിന്റെ സമരനായകനുമായിരുന്ന ജോർജി ദിമിത്രോവ് പറഞ്ഞിരുന്നു:

> ഫാസിസം ഏറ്റവും മുരത്ത സാമ്രാജ്യത്വവാദികളുടെ താൽപ്പര്യങ്ങൾക്കുവേണ്ടി പ്രവർത്തിക്കുകയും എന്നാൽ ദുഷ്പെരുമാറ്റത്തിനെതിരായ ഒരു രാഷ്ട്രത്തിന്റെ വേഷത്തിൽ ബഹുജനങ്ങളുടെ മുമ്പിൽ പ്രത്യക്ഷപ്പെടുകയും അപമാനിതമായ 'ദേശീയ' വികാരങ്ങളെ ഉണർത്തിവിടുകയും ചെയ്യുന്നു.

ആർ എസ് എസിനെ അത്തരത്തിലുള്ള ഒരു ആദർശമല്ലാതായി അവതരിപ്പിക്കുന്നതിന് ഹിന്ദുക്കൾ തരംതാഴ്ത്തപ്പെട്ടുവെന്നും തരംതാഴ്ത്തപ്പെട്ടുകൊണ്ടിരിക്കുകയാണെന്നുമുള്ള തെറ്റായ അവബോധം സൃഷ്ടിക്കുകയും അതേസമയം ഇതിന് ഉത്തരവാദികൾ മുസ്ലീങ്ങളാ

ണെന്ന മട്ടിൽ അവർക്കെതിരായി വിദ്വേഷം ജനിപ്പിക്കുകയും (ഹിറ്റ്ലറുടെ മുരത്ത ജൂതവിരോധത്തിന്റെ മാതൃക സ്വീകരിച്ചുകൊണ്ട്) ചെയ്യേണ്ടത് ആവശ്യമായിരുന്നു. പുസ്തകത്തിന്റെ ശരിയായ ഉദ്ദേശ്യം ഇതായിരുന്നു.

പ്രത്യയശാസ്ത്രപരമായ മുതൽക്കൂട്ട് എന്ന നിലയിൽ ഗോൾവാൾക്കർ പ്രദാനം ചെയ്ത ഈ രണ്ട് കാര്യങ്ങളെ ശരിക്കും അടിസ്ഥാനമാക്കിക്കൊണ്ടുള്ളതാണ് കാവിപ്പടയുടെ ഇന്നത്തെ പ്രവർത്തനങ്ങളും പ്രചാരണങ്ങളും. ഇത് നേടുന്നതിനുവേണ്ടി, വേണ്ടത്ര വലിയ കള്ളങ്ങൾ, അവ സത്യങ്ങളാണെന്ന് തോന്നിക്കത്തക്കവണ്ണം വേണ്ടത്ര ആവർത്തിച്ച് പറയുക എന്ന ഗീബൽസിന്റെ തന്ത്രം അവർ പരിപാകപ്പെടുത്തി എടുത്തിട്ടുണ്ട്.

ഈ ഘട്ടത്തിൽ ഒരു കാര്യം ശ്രദ്ധിക്കേണ്ടതാവശ്യമാണ്. ബ്രിട്ടീഷുകാർക്കെതിരായിട്ടാണ് അന്ന് ഇന്ത്യയിലെ ജനങ്ങൾ പോരാടിയത്. പക്ഷേ, അവരെയല്ല ആർ എസ് എസ് ബാഹ്യശത്രുവായി കണ്ടത്. മുസ്ലീംസമുദായത്തോടുള്ള വിദ്വേഷം ബ്രിട്ടീഷുകാരോടുള്ളതിനെക്കാൾ വളരെ ആഴത്തിൽ വ്യാപിപ്പിക്കാനാണ് ആർ എസ് എസ് തുനിഞ്ഞത്. അതിന് ശരിക്കും കാരണം തങ്ങളുടെ ഹിന്ദുരാഷ്ട്രത്തിനുവേണ്ടി ബ്രിട്ടീഷുകാർക്കെതിരായി ജനങ്ങളെ സംഘടിപ്പിക്കാൻ കഴിയുമായിരുന്നില്ല എന്നതായിരുന്നു. എന്തുകൊണ്ടെന്നാൽ അവരുടെ ബ്രിട്ടീഷ് വിരുദ്ധ വികാരങ്ങൾ ഐക്യ സ്വാതന്ത്ര്യപ്രസ്ഥാനത്തിന്റെ വർധിച്ചുകൊണ്ടിരുന്ന ശക്തിയിലൂടെ സാക്ഷാത്കാരം നേടി. ശരിക്കും ഇക്കാരണത്താലാണ് ആർ എസ് എസ് ഒരിക്കലും ബ്രിട്ടീഷുകാരെ ശത്രുവായി മുദ്രകുത്താതിരുന്നത്. അക്കാര്യം പറഞ്ഞാൽ, അവർ ഫലത്തിൽ സ്വാതന്ത്ര്യസമരം ബഹിഷ്കരിക്കുകയും ചിലപ്പോൾ അതിനെ എതിർക്കുകയുമാണ് ചെയ്തിട്ടുള്ളത്. ആർ എസ് എസിനെക്കുറിച്ചുള്ള അനുഭാവപൂർവമായ ആഖ്യാനങ്ങൾപോലും (വാൾട്ടർ കെ ആൻഡേഴ്സിന്റെയും ശ്രീധർ ഡി ഡംലെയുടെയും 1987–ലെ *കാവിക്കുള്ളിലെ സാഹോദര്യം* എന്ന കൃതിയും മറ്റും) ആർ എസ് എസ് സ്വാതന്ത്ര്യസമരത്തിൽ നിന്ന് ഫലത്തിൽ ഒഴിഞ്ഞുനിന്നതും തൽഫലമായി ബ്രിട്ടീഷുകാരിൽ നിന്ന് നേടിയ സൗജന്യങ്ങളും വിവരിക്കുന്നുണ്ട്. നാനാജി ദേശ്മുഖ് പോലും ചോദിച്ചു പോകുന്നു: 'ആർ എസ് എസ് ഒരു സംഘടന എന്ന നിലയിൽ വിമോചനസമരത്തിൽ പങ്കെടുക്കാതിരുന്നതെന്തുകൊണ്ട്?' (*ദേശ്മുഖ്*, 1979, പേജ് 29) 'ഹിന്ദുരാഷ്ട്രം' സ്ഥാപിക്കാനുള്ള ഈ ത്വര ആർ എസ് എസിനെ ഫലത്തിൽ ബ്രിട്ടീഷുകാരുടെ ഒരു സംഖ്യകക്ഷിയാക്കി മാറുന്നതിലേക്കാണ് കൊണ്ടെത്തിച്ചത്. സ്വാതന്ത്ര്യസമരത്തെയും കോൺഗ്രസിനെയും തങ്ങളുടെ ലക്ഷ്യത്തിൽ നിന്നുള്ള ഒരു വ്യതിചലനമായി അവർ കണക്കാക്കി. ആ വൈരം, വിശേഷിച്ചും ഇന്ത്യ ഒരു മതനിരപേക്ഷ, ജനാധിപത്യ റിപ്പബ്ലിക്കായിരിക്കു

മെന്ന് എ ഐ സി സി (1931 –ലെ കറാച്ചി കോൺഗ്രസിൽ) പ്രഖ്യാപിച്ച തിനുശേഷം വർധിക്കുകയും ചെയ്തു. ആർ എസ് എസിന്റെ ഹിന്ദു രാഷ്ട്രസങ്കൽപ്പത്തിന് കടകവിരുദ്ധമായ ഒന്നായാണ് ഇതിനെ കണ്ടത്. അത് ശരിയുമായിരുന്നു.

മതാനുഷ്ഠകരായ ഹിന്ദുക്കളിൽ ഏറ്റവും ഉന്നതശീർഷനായ മഹാത്മാഗാന്ധി വധിക്കപ്പെട്ടത് ഇന്ത്യൻ ജനതയോടൊപ്പം ആർ എസ് എസിന്റെ പ്രത്യയശാസ്ത്രത്തെ നിരാകരിച്ച് മതനിരപേക്ഷ ജനാധിപത്യത്തെ വരിച്ചതുകൊണ്ടാണ്.

പക്ഷേ, ഗോൾവാൾക്കർക്ക് തന്റെ സിദ്ധാന്തത്തെ സാധൂകരിക്കുന്നതിനുവേണ്ടി ചില കാര്യങ്ങൾ സ്ഥാപിച്ചെടുക്കേണ്ടതുണ്ടായിരുന്നു. ഒന്നാമതായി ഇന്ത്യയിലെ ആദിമനിവാസികൾ ഹിന്ദുക്കളാണെന്ന്, ഹിന്ദുക്കൾ മാത്രമാണെന്ന്, സമർഥിക്കേണ്ടതാവശ്യമായിരുന്നു. ഉറപ്പിച്ചു പറയുക എന്ന ലളിതമാർഗത്തിലൂടെയാണ് ഗോൾവാൾക്കർ ഇത് സാധിക്കുന്നത്. അദ്ദേഹം പ്രസ്താവിക്കുന്നു: 'വിദേശവംശജർ ഈ ഭൂമി ആക്രമിച്ച് കീഴടക്കുന്നതിനുമുമ്പ് അത് അവിതർക്കിതമായും സ്വച്ഛമായും നമ്മൾ, ഹിന്ദുക്കളുടെ കൈവശത്തിലായിരുന്നു.' അതുകൊണ്ടാണ് ഈ ഭൂമി 'ഹിന്ദുസ്ഥാൻ, ഹിന്ദുക്കളുടെ ഭൂമി എന്ന പേരിൽ അറിയപ്പെടാൻ ഇടയായത്.' (*ഗോൾവാൾക്കർ*, 1939, പേജ് 6) ഈ ഭൂമിയെ സിന്ധുനദിയുടെ ഭൂമി എന്ന് വിശേഷിപ്പിച്ച വിദേശത്തുനിന്നുള്ള ആളുകളിൽനിന്ന് ഹിന്ദുസ്ഥാൻ എന്ന പേര് ഉത്ഭവിക്കാനുള്ള സാധ്യതയുൾപ്പെടെ പ്രാചീന ഇന്ത്യാചരിത്രത്തെക്കുറിച്ചുള്ള അന്വേഷണങ്ങളുടെ സമസ്ത സമ്പത്തിനെ സംബന്ധിച്ചും ബോധപൂർവമായ പരിപൂർണനിശ്ശബ്ദതയാണ് അദ്ദേഹം പാലിച്ചിരുന്നത്.

ഇത് ഉറപ്പിച്ച് പറഞ്ഞതിനുശേഷം ഹിന്ദുക്കൾ മറ്റെങ്ങും നിന്ന് വന്നവരല്ല എന്ന് 'തെളിയിക്കു'ന്നതിലേക്കാണ് അദ്ദേഹം നീങ്ങുന്നത്. ഗോൾവാൾക്കറുടെ രാഷ്ട്രീയ പദ്ധതിയിൽ ഏറ്റവും മർമപ്രധാനമാണിത്. കാരണം ഇത് തെളിയിക്കാൻ കഴിയുന്നില്ലെങ്കിൽ ഈ നാട്ടിലേക്കു വന്ന മറ്റാരുടെയും അത്രതന്നെ വിദേശീയമായ ഒരു വംശമാണ് ഹിന്ദുക്കളുമെന്ന നിഗമനത്തിലാവും ന്യായമായും എത്തിച്ചേരുക.

ഇത് തെളിയിക്കുന്നതിനുവേണ്ടി തനിവഞ്ചനാത്മകമായ ഒരു അഭ്യാസമാണ് നടത്തിയിരിക്കുന്നത്. ഈ പുസ്തകത്തിൽ ഉടനീളം 'ഹിന്ദു', 'ആര്യവംശം'എന്നീ പദങ്ങൾ പര്യായങ്ങളായാണ് ഗോൾവാൾക്കർ പ്രയോഗിച്ചിരുന്നത്. അങ്ങനെ ആര്യന്മാർ ഇന്ത്യയിലേക്ക് കുടിയേറിയവരല്ലെന്നും ഇവിടെത്തന്നെ ആവിർഭവിച്ചവരാണെന്നും തെളിയിക്കാൻ അദ്ദേഹം പുറപ്പെടുന്നു. മറിച്ചുള്ള ചരിത്ര തെളിവുകളെയെല്ലാം 'പാശ്ചാത്യപണ്ഡിതന്മാരുടെ വ്യാജരേഖ'കളെന്നു പറഞ്ഞ് (*ഗോൾവാൾക്കർ*, 1939, പേജ് 6) തള്ളിക്കളഞ്ഞിരിക്കുന്നു. പക്ഷേ, ലോകമാന്യ ബാലഗംഗാധരതിലകന്റെ വേദങ്ങളുടെ ആർട്ടിക് ഉൽപ്പത്തി എന്ന

സിദ്ധാന്തത്തെ ആർ എസ് എസ് ഗുരുവിന് എതിരിടേണ്ടിവന്നു. എങ്കിലും തിലകന്റെ സിദ്ധാന്തം അംഗീകരിച്ചുകൊണ്ട് ആദ്യകാലത്ത് ആർട്ടിക് മേഖല എന്നു പറയുന്നത് ഇന്ന് ബിഹാർ എന്നും ഒറീസ എന്നും വിളിക്കുന്ന പ്രദേശങ്ങളായിരുന്നുവെന്നുമുള്ള അമ്പേ അവിശ്വസനയെമായ വാദമാണ് അദ്ദേഹം ശക്തിയായി ഉന്നയിക്കുന്നത്.

> .... പിന്നെ അത് വടക്കുകിഴക്കോട്ടും അതിനുശേഷം ചിലപ്പോൾ പടിഞ്ഞാറോട്ടും ചിലപ്പോൾ വടക്കോട്ടുമായി നീങ്ങി ഇന്നത്തെ സ്ഥാനത്തെത്തി. അങ്ങനെയെങ്കിൽ നമ്മൾ ആർട്ടിക് മേഖല വിട്ട് ഹിന്ദുസ്ഥാനിലേക്ക് വരികയായിരുന്നോ അതോ നമ്മൾ എക്കാലവും ഇവിടെ തന്നെ ഉണ്ടായിരിക്കുകയും ആർട്ടിക് മേഖല നമ്മെ വിട്ട് വളഞ്ഞു പുളഞ്ഞ് വടക്കോട്ട് നീങ്ങുകയായിരുന്നോ? ഈ വസ്തുത തിലകന്റെ കാലത്ത് കണ്ടുപിടിക്കപ്പെട്ടിരുന്നെങ്കിൽ വേദങ്ങളുടെ ആർട്ടിക് ഉറവിടം തീർത്തും ഹിന്ദുസ്ഥാനിൽ തന്നെയായിരുന്നുവെന്നും കുടിയേറിയത് ഹിന്ദുക്കളല്ല, പ്രത്യുത ആർട്ടിക് മേഖല ഹിന്ദുക്കളെ ഹിന്ദുസ്ഥാനിൽ വിട്ടിട്ട് നാടുവിട്ട് പോകുകയായിരുന്നുവെന്നുമുള്ള നിഗമനം അദ്ദേഹം ഉദ്ഘോഷിക്കുമായിരുന്നു എന്ന് ഉറക്കെ പ്രഖ്യാപിക്കാൻ ഞങ്ങൾ മടിക്കുന്നില്ല. (*ഗോൾവാൾക്കർ*, 1939, പേജ് 8)

ഭ്രാന്തൻ ന്യായവാദം തന്നെ! ഭൂഗർഭശാസ്ത്രങ്ങളിലെയും പ്ലേറ്റ് ടെക്ടോണിസിലെയും (നൂറ്റാണ്ടുകളിലൂടെയും നടന്ന ഭൂപിണ്ഡ നീക്കങ്ങൾ സാമാന്യം കൃത്യമായി നിർണയിക്കാൻ ഇതുവഴി മനുഷ്യനു കഴിയുന്നു.) മുന്നേറ്റങ്ങളെക്കുറിച്ച് അറിവില്ലാത്ത ആളായിരുന്നതുകൊണ്ട് ഗോൾവാൾക്കർക്ക് സംശയത്തിന്റെ ആനുകൂല്യം നൽകികൊണ്ടു തന്നെ ഞങ്ങൾ ചോദിക്കുന്ന ലളിതമായ ചോദ്യം ഇതാണ്: അദ്ദേഹത്തിന്റെ സ്വന്തം വാദത്തിന്റെ യുക്തിയനുസരിച്ചുതന്നെയും ആർട്ടിക് മേഖല ബീഹാർ-ഒറീസയിൽനിന്ന് നീങ്ങിപ്പോയതാണെങ്കിൽ ആ ഭൂഭാഗത്ത് അധിവസിച്ച ജനങ്ങൾ അവിടെ അവശേഷിക്കുന്നതെങ്ങനെ? ഭൂഭാഗം നീങ്ങുന്നത് അതിന്മേലുള്ള സകലതിനോടും കൂടിയല്ലേ. ജനങ്ങളെ ശൂന്യതയിൽ തൂക്കിനിർത്താനും ഗോൾവാൾക്കർ ആഗ്രഹിക്കുമ്പോഴും ആഗ്രഹിക്കുന്നിടത്ത് മാത്രം ഇറക്കാനും കഴിയില്ലല്ലോ! ആര്യന്മാർ ആദിമമായിത്തന്നെ ഇന്ത്യയിൽ ജനിച്ചവരാണെന്നും മറ്റെങ്ങുനിന്നും കുടിയേറിയവരല്ലെന്നും 'സ്ഥാപിക്കാൻ' വേണ്ടിയാണ് ഇത്തരത്തിലുള്ള നുണ പ്രയോഗിക്കുന്നത്. ഒരു ഫാസിസ്റ്റ് ഹിന്ദുരാഷ്ട്രം സ്ഥാപിക്കുക എന്ന രാഷ്ട്രീയലക്ഷ്യത്തെ സംബന്ധിച്ചിടത്തോളം ഇത് മർമപ്രധാനമാണ്.

അവിശ്വസനീയമായ ഇത്തരമൊരു സിദ്ധാന്തത്തിന് ആഭ്യന്തരമായ

ഒരു സ്ഥായാഭാവം കൈവരുത്തുന്നതിനുവേണ്ടി ഗോൾവാൾക്കർക്ക് ചരിത്രത്തെ വല്ലാതെ വളച്ചൊടിക്കേണ്ടിവന്നു. മഹാഭാരതകാലം വരെയുള്ള 'ഹിന്ദുനാഗരികതയുടെ മഹത്വം' അവതരിപ്പിച്ചതിനുശേഷം അദ്ദേഹം പറയുന്നത് പിന്നീട് 'നമുക്ക് നിരവധി നൂറ്റാണ്ടുകളുടേതായ മറ്റൊരു വിടവുണ്ടെന്നും അത് അംഗീകൃത ചരിത്രത്തിന് നികത്താൻ കഴിഞ്ഞിട്ടില്ലെ'ന്നുമാണ്. 'പക്ഷേ, രാഷ്ട്രം കാര്യമായ സംഭവങ്ങളൊന്നും കൂടാതെ അതിന്റെ സാധാരണ ജീവിതം തുടർന്നുപോകുന്നു എന്നും നമുക്ക് ഊഹിക്കാം. പിന്നെ ബുദ്ധനും ഗുപ്തവംശത്തിലെ മഹാചക്രവർത്തിമാരും അശോകനും ഹർഷവർധനനും വിക്രമാദിത്യനും പുലികേശിയും മറ്റുള്ളവരും വന്നു. സമാധാനത്തിന്റെയും ശക്തിയുടെയും സമൃദ്ധിയുടെയും ഭരണമായിരുന്നു അവരുടേതെന്നുള്ളതിന് അനിഷേധ്യമായ തെളിവുകൾ നമുക്ക് ലഭിച്ചിട്ടുണ്ട്. 'ലോകജേതാവായ' അലക്സാണ്ടറുടെ ആക്രമണം വെറുമൊരു പോറൽ മാത്രമായിരുന്നു. ഇന്ത്യയെ അദ്ദേഹം ആക്രമിച്ചു എന്നുതന്നെ വാസ്തവത്തിൽ പറയാൻ കഴിയില്ല. കാരണം അത്രവേഗത്തിലായിരുന്നു അദ്ദേഹത്തിന്റെ പിന്മാറ്റം.' (*ഗോൾവാൾക്കർ*, 1939, പേജ് 9)

ഗോൾവാൾക്കറുടെ തലമുറയ്ക്ക് ലഭ്യമായിരുന്ന ഈ കാലഘട്ടത്തിലെ ലിഖിതചരിത്രത്തെ പാടേ അവഗണിച്ചുകൊണ്ട്-വാസ്തവത്തിൽ നിരാകരിച്ചുകൊണ്ടുതന്നെ-ഈ നൂറ്റാണ്ടുകളെ 'ഹിന്ദുരാജാക്കന്മാർ' എന്ന പൊതുഘടകം മാത്രമുള്ള നിശ്ചലമായ ഒരു കാലചട്ടക്കൂട്ടിൽ വെട്ടിയൊതുക്കുകയാണ് അദ്ദേഹം ചെയ്യുന്നത്. അദ്ദേഹം പേരെടുത്ത് പറഞ്ഞിട്ടുള്ള രാജാക്കന്മാരുടെ കൂട്ടത്തിലുള്ള അതേ പുലികേശി രണ്ടാമൻതന്നെ ഹർഷവർധനന്റെ തെക്കോട്ടുള്ള പടനീക്കത്തെ തടയുകയും നർമദാനദിയുടെ കരയിൽവച്ച് അദ്ദേഹത്തെ തോൽപ്പിക്കുകയും ചെയ്തതെന്തിനാണ്? ഗോൾവാൾക്കറുടെ അഭിപ്രായത്തിൽ രണ്ടുപേരും മഹാഹിന്ദുരാജാക്കന്മാരും ഒരേ ദേശീയതയിലെ അംഗങ്ങളുമാണല്ലോ! അദ്ദേഹത്തിന്റെ അഭ്യാസം ധിക്കരിക്കുന്നത് ചരിത്രത്തെ മാത്രമല്ല സാമൂഹ്യവികാസത്തിന്റെ നിയമങ്ങളെയും കൂടിയാണ്. രാജാക്കന്മാർ അന്യോന്യം യുദ്ധം ചെയ്യുന്നതെന്തിനാണ്, സാമ്രാജ്യങ്ങൾ ഉയർന്നുവരികയും തകർന്നുവീഴുകയും ചെയ്യുന്നതെന്തുകൊണ്ടാണ്? അടിമസമ്പ്രദായം ഫ്യൂഡൽ കാർഷിക ക്രമത്തിന് വഴിമാറിക്കൊടുത്തത് എന്തുകൊണ്ടാണ്? അല്ലെങ്കിൽ ബ്രിട്ടീഷുകാർക്ക് മുന്തിയ ആയുധങ്ങൾ ഉപയോഗിച്ച് 'ഹിന്ദുരാജാക്കന്മാരെ' കീഴടക്കാൻ കഴിയാത്തത് എങ്ങനെയാണ്, എന്തുകൊണ്ടാണ്. അത്തരം വെടിക്കോപ്പുശക്തി ഉൽപ്പാദിപ്പിക്കാൻ മഹത്തായ ഹിന്ദുരാഷ്ട്രീയത്തിന് കഴിയാതെ പോയതെന്തുകൊണ്ട്? ഈ വക ചോദ്യങ്ങളെല്ലാം ഗോൾവാൾക്കറുടെ അഭ്യാസത്തിൽ അപ്രസക്തങ്ങളാണ്.

ഇതിന് സമാനമായ മട്ടിൽ അതിക്രൂരമായ ഹൈന്ദവാചാരങ്ങൾ

ക്കും ജാതിവ്യവസ്ഥയ്ക്കും എതിരായ കലാപങ്ങളെയും അവഗണിച്ചിരിക്കുന്നു. ഹിന്ദുമതത്തിന്റെ ഒരു വെറും വകഭേദമായിട്ടാണ് ബുദ്ധമതത്തെ ചിത്രീകരിച്ചിരിക്കുന്നത്. ഇന്ത്യയിൽ പിറവിയെടുത്ത എല്ലാ മതങ്ങളെയും (വിശേഷിച്ചും സിഖ്, ജൈനമതങ്ങളെ) ഏകശിലാ രൂപമായ ഹിന്ദുമതത്തിലേക്ക് വകകൊള്ളിക്കാൻ ശ്രമം നടത്തിയിരിക്കുന്നു.

എണ്ണൂറിൽപരം വർഷത്തെ ഇന്ത്യാചരിത്രത്തെ, ആക്രമിച്ചു കയറി വന്ന മുസ്ലീങ്ങൾക്കെതിരായി 'ഹിന്ദുരാഷ്ട്രം ഒറ്റക്കെട്ടായി' നടത്തിയ ഒരു നീണ്ട യുദ്ധത്തിന്റെ ഏകതന്തിയായിട്ടാണ് ചിത്രീകരിച്ചിരിക്കുന്നത്. പക്ഷേ, അവസാനം വിജയശ്രീലാളിതമായിവരികയായിരുന്ന ഹിന്ദുരാഷ്ട്രത്തെ പുതിയൊരു ശത്രു–ബ്രിട്ടീഷുകാർ–കീഴടക്കിക്കളഞ്ഞു എന്ന് ഗോൾവാൾക്കർ പറയുന്നു. ബ്രിട്ടീഷുകാർക്കെതിരായ 1857–ലെ ഒന്നാം സ്വാതന്ത്ര്യയുദ്ധം 'ആ നീണ്ടയുദ്ധം അവസാനിപ്പിക്കുന്നതിന് ഹിന്ദുരാഷ്ട്രം ദേശവ്യാപകമായി നടത്തിയ അവസാനത്തെ വൻശ്രമ'മായിട്ടാണ് ചിത്രീകരിച്ചിരിക്കുന്നത്. (*ഗോൾവാൾക്കർ*, 1939, പേജ് 11)

'ശ്രമം പരാജയപ്പെട്ടെങ്കിലും ആ തോൽവിയിൽപ്പോലും ദേശത്തിന്റെ ആരാധനയുടെ മഹൽഭാജനങ്ങളായി കുലീനമായ ഹിന്ദുദേശാഭിമാനികളുടേതായ ഒരു യൂഥം മുഴുവനായിത്തന്നെ ഉയർന്നുനിൽക്കുന്നുണ്ട്' (*ഗോൾവാൾക്കർ*, 1939, പേജ് 11) ബ്രിട്ടീഷുകാർക്കെതിരായ ഈ കലാപത്തിന്റെ പ്രതീകം ധീരയും ഹിന്ദുമതഭക്തയുമായ ഝാൻസീറാണി ലക്ഷ്മീഭായിയുടെ നോട്ടത്തിൽപ്പോലും മുസ്ലീം ചക്രവർത്തിയായ ബഹദൂർഷാസഫറാണെന്ന കാര്യം ഗോൾവാൾക്കർ സൗകര്യപൂർവം വിസ്മരിച്ചിരിക്കുന്നു! ഈ യുദ്ധം അധിനിവേശക്കാരായ മുസ്ലീങ്ങൾക്കെതിരായി 'ഹിന്ദുക്കൾ' നടത്തിയ യുദ്ധമായിരുന്നോ അതോ ഇന്ത്യാക്കാർ അവരുടെ സ്വാതന്ത്ര്യത്തിനുവേണ്ടി നടത്തിയ യുദ്ധമോ? അത്തരം ചരിത്രവസ്തുതകൾ പക്ഷേ, ഗോൾവാൾക്കറെ സംബന്ധിച്ചിടത്തോളം അപ്രസക്തമാണ്.

തുടർന്ന് അഞ്ച് സവിശേഷതകൾ (അഥവാ 'ഐക്യങ്ങൾ) അദ്ദേഹം അവതരിപ്പിക്കുന്നു. അവയാണ് അദ്ദേഹത്തിന്റെ അഭിപ്രായത്തിൽ രാഷ്ട്രത്തെ നിർവചിക്കുന്നത്: 'ഭൂമിശാസ്ത്രപരം (രാജ്യം), വംശീയം (വംശം), മതപരം (മതം), സാംസ്കാരികം (സംസ്കാരം), ഭാഷാപരം (ഭാഷ).' (*ഗോൾവാൾക്കർ*, 1939, പേജ് 33) ഇന്ത്യയിലെ ഹിന്ദുക്കൾക്ക് ഈ സവിശേഷതകളെല്ലാം ഉണ്ടായിരുന്നുവെന്നും അതുകൊണ്ട് അവർ എക്കാലവും ഒരു രാഷ്ട്രമായിരുന്നുവെന്നും സ്ഥാപിക്കാനാണ് തുടർന്നുള്ള അഭ്യാസങ്ങൾ മുഴുവനും അദ്ദേഹം നടത്തുന്നത്.

പക്ഷേ, ആ കൃത്യം ഗോൾവാൾക്കർക്കുപോലും എളുപ്പം നിർവഹിക്കാവുന്നതല്ല. എല്ലാറ്റിലും വച്ച് 'കെട്ടുപിണഞ്ഞത് മതവും പിന്നെ ഒരു

പരിധിവരെ ഭാഷയുമാണ്.' (*ഗോൾവാൾക്കർ*, 1939, പേജ് 33) ഗോൾവാൾക്കറുടെ നോട്ടത്തിൽ വംശം '........ അതിലുപരി രാഷ്ട്രത്തിന്റെ ചേരുവയിൽ ഏറ്റവും പ്രധാനപ്പെട്ട ഘടകമാകുന്നു.' (ഗോൾവാൾക്കർ, 1939, പേജ് 21) ഹിന്ദു, ആര്യൻ എന്നീ പദങ്ങൾ എല്ലായ്പ്പോഴും പര്യായങ്ങളായി അദ്ദേഹം ഉപയോഗിക്കുന്നതിനുള്ള കാരണം ഇതാണ്. ചരിത്രപരമായ തെളിവ് തീർച്ചയായും അപ്രസക്തം തന്നെ!

അദ്ദഹത്തിന്റെ വാദത്തിന്റെ സർവാംഗവും വച്ചുനോക്കിയാൽ സിന്ധൂനദീതട നാഗരികത ഒരു നാടൻ ആര്യനാഗരികത ആയിരിക്കണം. അങ്ങനെയെങ്കിൽ അത് ശിഥിലീകരിച്ച് പോയതെന്തുകൊണ്ടായിരുന്നു? ആന്തരികമായ കാരണങ്ങൾ എന്തെല്ലാമായിരുന്നു? ഈ നാഗരികത പുറമേ നിന്ന് ആക്രമിച്ച് തകർക്കപ്പെടുകയായിരുന്നെങ്കിൽ ആക്രമിച്ചവർ ആര്? ഈ നാട്ടിൽ വന്നതിനുശേഷം ഈ ആളുകൾ ഇവിടെ തന്നെ തുടർന്നും ജീവിച്ചോ? അതോ മടങ്ങിപ്പോയോ? അവർ തുടർന്നും ഇവിടെത്തന്നെ ജീവിച്ചെന്നാണ് തെളിവുകൾ കാണിക്കുന്നതെങ്കിൽ ഈ കൂടിക്കലരലിന്റെ ഫലമായി ആവിർഭവിച്ച വംശമേത്? ചരിത്രപരമായ തെളിവുകൾ കാവിപ്പടയ്ക്ക് ഇന്ന് അസൗകര്യമായിരിക്കുന്നതുപോലെ ഈ ചോദ്യങ്ങളെല്ലാം ഗോൾവാൾക്കർക്കും അസൗകര്യമാണ്. 'വിശ്വാസത്തിന്റെ കാര്യങ്ങൾ' എന്ന ഉഗ്രപ്രതിജ്ഞ കൊണ്ടാണ് ഇത്തരം ചോദ്യങ്ങളെ നേരിടുന്നത്. ഉദാഹരണത്തിന് പ്രസിദ്ധ ചരിത്രകാരിയായ റൊമില ഥാപ്പർ പറയുന്നു: ഒരു 'ഇന്തോ–യൂറോപ്യൻ' ഭാഷ ഇന്ത്യയിലേക്ക് വന്നതിനെ വൈദിക സംസ്കൃതത്തിലെ ഭാഷാപരമായ തെളിവ് പിന്താങ്ങുന്നുണ്ട്. എന്നാൽ ഇന്ത്യ ആര്യഭാഷ സംസാരിക്കുന്ന ജനങ്ങളുടെ ജന്മനാടാണെന്ന ധാരണയെ അത് പിന്താങ്ങുന്നില്ല. (സെമിനാർ 400, ഡിസംബർ 1992; സെമിനാർ 364, ഡിസംബർ, 1989 കൂടി കാണുക)

അത്തരത്തിലുള്ള സകല തെളിവുകളും ഗോൾവാൾക്കർ ഒരു അടിക്കുറിപ്പിലൂടെ തള്ളിക്കളഞ്ഞിരിക്കുന്നു:

> പക്ഷേ, കാസ്പിയൻ കടലിനടുത്തുനിന്നോ ആർട്ടിക് മേഖലയിൽ നിന്നോ അല്ലെങ്കിൽ അതുപോലെയുള്ള മറ്റേതെങ്കിലും സ്ഥലത്തുനിന്നോ ഹിന്ദുസ്ഥാനിലേക്ക് വരികയും കവർച്ചക്കൂട്ടങ്ങളായി ഈ നാടിനെ വെട്ടിപ്പിടിക്കുകയും ചെയ്തവരാണ് ആര്യന്മാരെന്നും പിന്നീട് അവർ ക്രമേണ ഗംഗാതീരം വഴിക്ക് കിഴക്കോട്ട് വ്യാപിച്ച് വിവിധ സ്ഥലങ്ങളിൽ, കൂട്ടത്തിൽ അയോധ്യയിലും രാജസ്ഥാനങ്ങൾ സ്ഥാപിച്ചെന്നുമുള്ള സംശയം ആവേശിച്ച ചരിത്രകാരന്മാർക്ക് രാമായണത്തിലെ അയോധ്യക്ക് അതിനെക്കാൾ പടിഞ്ഞാറുള്ള ഹസ്തിനപുരത്തിലെ പാണ്ഡവ സാമ്രാജ്യത്തിനെക്കാൾ പഴക്കമുണ്ടെന്നുള്ളത് ഒരു കാലപ്രമാദ

> മായാണ് തോന്നുക. എന്നിട്ട് പാണ്ഡിതോദ്ദണ്ഡതയുടെ അജ്ഞതയോടുകൂടി അയാൾ മഹാഭാരതകഥയാണ് കൂടുതൽ പഴയത് എന്ന് നമ്മെ പഠിപ്പിക്കുകയും ചെയ്യുന്നു. ദൗർഭാഗ്യവശാൽ ഇത്തരം വികലധാരണകൾ രാജ്യത്തെ വിവിധ സർവകലാശാലകൾ അംഗീകരിച്ചിട്ടുള്ള പാഠപുസ്തകങ്ങൾ വഴി നമ്മുടെ ചെറുപ്പകാരുടെ തലയിൽ കുത്തിനിറയ്ക്കുകയാണ്. നമ്മുടെ ചരിത്രം നാം തന്നെ പഠിക്കുകയും മനസിലാക്കുകയും എഴുതുകയും ആസൂത്രിതമോ അനാസൂത്രിതമോ ആയ അത്തരം വളച്ചൊടിക്കലുകളെ തള്ളിക്കളയുകയും ചെയ്യേണ്ട കാലം അതിക്രമിച്ചിരിക്കുന്നു. (*ഗോൾവാൾക്കർ*, 1939, പേജ് 5–6)

അത്തരം ഒരു ധാരണയോടുകുടി പാഠ്യപദ്ധതികളും പരിപാടികളും മാറ്റാനുള്ള ബി ജെ പി സംസ്ഥാന ഗവൺമെന്റുകളുടെ പ്രചോദനത്തിന്റെ ഉറവിടം ഇതാണ്. ഈ സിദ്ധാന്തം എത്ര അസ്വീകാര്യമാണെന്നിരിക്കലും ഇതിന്റെ അടിസ്ഥാനത്തിലാണ് സാമൂഹിക ജീവിതത്തിൽ മതത്തിനുള്ള സർവാധീശത്വം ഗോൾവാൾക്കർ ഊന്നിപ്പറയുന്നത്. ഇതിന് മതബോധവുമായി യാതൊരു ബന്ധവുമില്ല. ആർ എസ് എസിനുവേണ്ടി ഗോൾവാൾക്കർ രൂപപ്പെടുത്തിയിട്ടുള്ള രാഷ്ട്രീയ ലക്ഷ്യം നേരിടുന്നതിനുവേണ്ടി ഇത് സ്ഥാപിച്ചെടുക്കേണ്ടതുണ്ട്. മതത്തെ രാഷ്ട്രീയം, സ്റ്റേറ്റ് എന്നിവ രണ്ടിൽ നിന്നും ഒഴിച്ചു നിർത്തുകയും ഒരു വൈയക്തിക പ്രശ്നമായി കണക്കാക്കുകയും ചെയ്യുന്ന ആധുനികമായ ഒരു മതനിരപേക്ഷതയെ ശരിക്കും ദൈവനിന്ദയായി കണക്കാക്കിക്കൊണ്ട് അദ്ദേഹം വാദിക്കുന്നു: "മതം ഒരു വൈയക്തിക പ്രശ്നമാണെന്നും പൊതുജീവിതത്തിലും രാഷ്ട്രീയ ജീവിതത്തിലും അതിന് യാതൊരു സ്ഥാനവും ഉണ്ടായിരിക്കാൻ പാടില്ലെന്നും തറപ്പിച്ചു പറയുന്ന ഒരു പ്രവണത പൊതുവെയുണ്ട്. ഈ പ്രവണതയുടെ അടിസ്ഥാനം മതത്തെക്കുറിച്ചുള്ള ഒരു വികലധാരണയും ഉത്ഭവസ്ഥാനം ഒരു ജനത എന്ന നിലയിൽ മതമെന്ന പേരിനർഹമായ ഒരു മതം ഇല്ലാത്തവരായ ആളുകളുമാണ്."

(ഗോൾവാൾക്കർ, 1939, പേജ് 23)

ഹിന്ദുമതമൊഴിച്ച് മറ്റൊരു മതവും ആ പേരിന് അർഹമല്ലാത്തതുകൊണ്ട് അദ്ദേഹം ഉറപ്പിച്ചുപറയുന്നു:

> അത്തരത്തിലുള്ള മതത്തെ–മറ്റൊന്നും ആ പേരിന് അർഹമല്ലതാനും–വ്യക്തിജീവിതത്തിലോ പൊതു ജീവിതത്തിലോ അവഗണിക്കാൻ കഴിയുന്നതല്ല. അതിന്റെ ബൃഹത്തായ പ്രാധാന്യത്തിന് ആനുപാതികമായി രാഷ്ട്രീയത്തിലും അതിന് സ്ഥാനമുണ്ടായിരിക്കേണ്ടതാകുന്നു. അത്തരം ഒരു മതത്തെ സംബന്ധിച്ചിടത്തോളം തീർച്ചയായും രാഷ്ട്രീയം തന്നെയും മതത്തിന്റെ അനുശാസന

> ങ്ങളിലൊന്നായും അത്തരം അനുശാസനങ്ങൾക്കനുസൃതമായും മാത്രം പരിഗണിക്കുകയും അനുവർത്തിക്കുകയും ചെയ്യേണ്ട ഒരു ചെറിയ ഘടകമാകുന്നു.(*ഗോൾവാൾക്കർ*, 1939, പേജ് 24)

അങ്ങനെ അദ്ദേഹം വ്യത്യസ്ത രാഷ്ട്രങ്ങൾക്ക് ഒരേ സ്റ്റേറ്റ് മതമുണ്ടെന്നും മതനിരപേക്ഷ രാഷ്ട്രങ്ങൾക്ക് സ്റ്റേറ്റ് മതമില്ലെന്നും ബഹുദേശീയ രാഷ്ട്രങ്ങൾ നിലനിൽക്കുന്നുണ്ടെന്നുമുള്ള ചരിത്രാനുഭവത്തെ മതം ഒരു കാലത്തും ഒരിടത്തും ദേശീയ ഐക്യത്തെ ഊട്ടിയുറപ്പിച്ചിട്ടില്ല എന്ന വസ്തുതയുടെ ശാസ്ത്രീയ സാധുതയെയും നിഷേധിക്കുന്നു. ഒരു പൊതുമതമുണ്ടായിരുന്നിട്ടും ബംഗ്ലാദേശിലെ ജനങ്ങളുടെ ദേശീയ സമരത്തിന്റെ ഫലമായി ഇസ്ലാമിക ബംഗ്ലാദേശ് മുസ്ലീം പാകിസ്ഥാനിൽനിന്ന് വേറിട്ടുപോയി എന്ന വസ്തുത പരിഗണിക്കുക, അത്തരമൊരു നിലപാട് തീർച്ചയായും അസുഖകരമായിരിക്കും. പക്ഷേ, ഗോൾവാൾക്കർക്ക് തന്റെ രാഷ്ട്രീയ പദ്ധതിക്കുവേണ്ടി മതത്തിന്റെ സർവാധീശത്വം ഉറപ്പിച്ചുപറയേണ്ടത് ആവശ്യമായിരിക്കുന്നു.

ഗോൾവാൾക്കറുടെ അതിവിദഗ്ധമായ വഞ്ചന പക്ഷേ, ഭാഷയെ സംബന്ധിച്ചാണ്. നമ്മുടെ രാജ്യത്ത് നിലനിൽക്കുന്ന ബഹുലമായ ഭാഷകളെയും–അവയ്ക്കോരോന്നിനും അതാതിന്റേതായ ചരിത്രവും സംസ്കാരവും പാരമ്പര്യവുമുണ്ട്– ഈ അടിസ്ഥാനത്തിലാണ് ദേശീയതകൾ ആവിർഭവിച്ചതും സഹവർത്തിക്കുന്നതുമെന്നുള്ള വസ്തുതയെയും അവജ്ഞയോടുകൂടി തള്ളിക്കളഞ്ഞിരിക്കുന്നു.

> ഭാഷാപരമായ ഐക്യം കമ്മിയാണെന്നും ഒന്നല്ല, ഭാഷാപരമായ വ്യത്യാസങ്ങളാൽ അന്യോന്യം വേർതിരിക്കപ്പെട്ട പല 'രാഷ്ട്രങ്ങൾ' ആണ് ഉള്ളതെന്നും തോന്നാം. പക്ഷേ, വാസ്തവത്തിൽ അങ്ങനെയല്ല. ഭാഷ ഒന്നേയുള്ളു– സംസ്കൃതം – പലതായ ഈ 'ഭാഷകൾ' അതിന്റെ വെറും മുളകൾ, മാതൃഭാഷയുടെ കുഞ്ഞുങ്ങൾ മാത്രം. ദേവഭാഷയായ സംസ്കൃതം ഹിമാലയം മുതൽ തെക്ക് സമുദ്രംവരെയും കിഴക്ക് മുതൽ പടിഞ്ഞാറ് വരെയും എല്ലാവർക്കും പൊതുവായുള്ളതും അതുവഴി ആധുനികമായ എല്ലാ സഹോദരഭാഷകളും പ്രയോഗത്തിൽ ഒന്നായിരിക്കത്തക്കവണ്ണം അന്യോന്യ ബന്ധിതങ്ങളുമാകുന്നു. ഏത് ഭാഷയിലും പോന്നുപോരാവുന്ന പരിചയം നേടാൻ നിഷ്പ്രയാസം കഴിയും. പിന്നെ ആധുനിക ഭാഷകളിൽവച്ച് ഹിന്ദി ഏറ്റവും കൂടുതലായി മനസിലാക്കുന്നതും വിഭിന്ന പ്രവിശ്യകളിലെ ആളുകൾ തമ്മിൽ ആശയവിനിമയം നടത്തുന്നതിനുള്ള മാധ്യമമായി ഉപയോഗിച്ചുപോരുന്നതുമാണ്. (*ഗോൾവാൾക്കർ*, 1939, പേജ് 43)

പക്ഷേ, അവിശ്വസനീയമായ അത്തരം യുക്തി ഇന്ത്യക്ക് മാത്രമാണ് ബാധകം. പല യൂറോപ്യൻ രാജ്യങ്ങളും ഒരേ പൊതുഭാഷ ഉപയോഗിക്കുന്നു. അല്ലെങ്കിൽ അവയുടെ ഭാഷകൾ ഒരേയൊരു ഇന്തോ–യൂറോപ്യൻ അമ്മയിൽനിന്ന് ജനിച്ചവയാണ്. വ്യത്യസ്ത ഭാഷകളും അവയോട് ചേർന്ന സംസ്കാരങ്ങളും പാരമ്പര്യങ്ങളും കാരണമാണ് അവ വ്യത്യസ്ത രാഷ്ട്രങ്ങളായി നിലനിൽക്കുന്നത്. പക്ഷേ, ഇത് ഗോൾവാൾക്കറെ സംബന്ധിച്ചിടത്തോളം അപ്രസക്തമാണ്. കാരണം ശാസ്ത്രീയാപഗ്രഥനത്തെയും ചരിത്രാനുഭവത്തെയും കൈയൊഴിഞ്ഞുകൊണ്ടുള്ള അദ്ദേഹത്തിന്റെ അഭ്യാസത്തിന്റെ ഉദ്ദേശ്യം ഇന്ത്യയുടെ വൈവിധ്യത്തെ ഏകശിലാരൂപമായ ഒരു ഐക്യത്തിലേക്ക് വെട്ടിയൊതുക്കുക എന്നതാണ്. അത് രാഷ്ട്രീയ ലക്ഷ്യങ്ങൾക്കു വേണ്ടിയുമാണ്.

ശരിക്കും ഈ ധാരണയുടെ അടിസ്ഥാനത്തിലാണ് കാവിപ്പട സംസ്ഥാനങ്ങളുടെ ഭാഷാടിസ്ഥാനത്തിലുള്ള പുനഃസംഘടനയെ എക്കാലവും എതിർത്തും എതിർത്തുകൊണ്ടിരിക്കുന്നതും. തമിഴിന്റെയും കാശ്മീരിയുടെയുമെങ്കിലും ആവിർഭാവം സംസ്കൃതേതരമായ ഭാഷാവിഭാഗത്തിൽ നിന്നാണെന്നുള്ളത് അവർക്ക് പ്രശ്നമേയല്ല. ലോകത്തിന്റെ ഈ ഭാഗത്ത് രൂപമെടുത്ത് വികസിച്ച ഇന്തോ–യൂറോപ്യൻ ഭാഷകളുടെ ഒരു ശാഖയാണ് സംസ്കൃതം തന്നെയും എന്നതും പ്രശ്നമല്ല. സമ്പൂർണമായും സമസ്തമായും ഇന്ത്യയിൽ മാത്രമായി രൂപമെടുത്ത ഒരു ഭാഷയായ ഉർദുവിനോട് കാവിപ്പടയ്ക്കുള്ള എതിർപ്പിന്റെയും ഹിന്ദി അടിച്ചേൽപ്പിക്കാനുള്ള ശ്രമത്തിന്റെയും ഉറവിടവും ഇതുതന്നെ. അവരുടെ രാഷ്ട്രീയപദ്ധതി ഹിന്ദി സംസാരിക്കാത്തവരായ കോടിക്കണക്കിന് ഇന്ത്യാക്കാരുടെ ഭാവിഎന്താകുമെന്നതിന്റെ അശുഭകരമായ മുൻ സൂചനയാണ് അവരുടെ ഇപ്പോഴത്തെ 'ഹിന്ദ്, ഹിന്ദി, ഹിന്ദുസ്ഥാൻ' എന്ന മുദ്രാവാക്യം.

രാഷ്ട്രത്തെക്കുറിച്ചുള്ള പശ്ചാത്യസങ്കൽപ്പത്തിലും ഇന്ത്യയിലും വേദശാസ്ത്രങ്ങളിലും സങ്കൽപ്പത്തിലും രണ്ടിലും നിന്ന് ഗോൾവാൾക്കർ പൂർണമായും ഒറ്റപ്പെട്ടുനിൽക്കുന്നു. അദ്ദേഹം തന്നെ പറയുന്നു: 'ദേശം' – രാജ്യം, 'ജാതി' – വംശം, 'ജനപദം' – ജനങ്ങൾ എന്നിവ ചേർന്നാലേ രാഷ്ട്രം എന്ന സങ്കൽപ്പം പൂർണമാവുകയുള്ളൂ.' (*ഗോൾവാൾക്കർ*, 1939, പേജ് 52) പക്ഷേ, തന്റെ സിദ്ധാന്തത്തെ പൊരുത്തപ്പെടുത്തുന്നതിനുവേണ്ടി അദ്ദേഹം സൗകര്യപൂർവം ഈ ധാരണയെ വളച്ചൊടിച്ചുകൊണ്ട് പറഞ്ഞുറപ്പിക്കുന്നത് 'മതം, സംസ്കാരം, ഭാഷ എന്നീ മൂന്ന് ഘടകങ്ങളെക്കുറിച്ചുള്ള സൂചനകൾ' (പ്രാചീന ഇന്ത്യൻ വേദശാസ്ത്രങ്ങളിൽ) കാണുന്നില്ലെങ്കിലും 'ജനപദം' എന്ന സങ്കൽപ്പത്തിൽ അവ മൂർത്തമായി ഉൾച്ചേർന്നിട്ടുണ്ട്' (*ഗോൾവാൾക്കർ*, 1939, പേജ് 52) എന്നാണ്.

അങ്ങനെ അശാസ്ത്രീയവും ചരിത്രവിരുദ്ധവുമായ ഒരു അപഗ്രഥനത്തിന്റെ അടിസ്ഥാനത്തിൽ ഹിന്ദുക്കൾ എക്കാലവും ഒരു രാഷ്ട്രമായിരുന്നുവെന്നും അതായിത്തന്നെ തുടരുന്നുവെന്നും 'സ്ഥാപിച്ചു' കഴിഞ്ഞിട്ട് അത്തരം ഒരു ഹിന്ദുരാഷ്ട്രത്തിന്റെ അസഹിഷ്ണതനിറഞ്ഞതും മതാത്മകനുമായ രാഷ്ട്രീയവുമായ ഉള്ളടക്കം ഊന്നിയുറപ്പിക്കുന്നതിലേക്ക് അദ്ദേഹം നീങ്ങുന്നു.

'...... ഹിന്ദുസ്ഥാനിൽ പുരാതനമായ ഹിന്ദുരാഷ്ട്രം മറ്റൊന്നുമല്ല. പിന്നെയോ ഹിന്ദുരാഷ്ട്രം നിലനിൽക്കുന്നു. അവശ്യമായും നിലനിൽക്കണം.......' എന്ന നിഗമനം നിസ്സന്ദേഹമായും നമ്മുടെ മേൽ അടിച്ചേൽപ്പിക്കപ്പെട്ടിരിക്കുന്നു. ദേശീയത, അതായത് ഹൈന്ദവവംശത്തിലും മതത്തിലും സംസ്കാരത്തിലും ഭാഷയിലുംപെടാത്ത സകലരും സ്വാഭാവികമായും യഥാർഥ 'ദേശീയ' ജീവിതത്തിന്റെ പരിധിക്ക് പുറത്താകുന്നു.

> ഞങ്ങൾ ആവർത്തിക്കുന്നു: ഹിന്ദുക്കളുടെ നാടായ ഹിന്ദുസ്ഥാനിൽ ആധുനിക ലോകത്തെ ശാസ്ത്രീയമായ രാഷ്ട്രസങ്കൽപ്പത്തിന് അത്യന്താപേക്ഷിതമായ അഞ്ച് ഉപാധികളെ ഒന്നൊഴിയാതെ നിറവേറ്റിക്കൊണ്ട് ഹിന്ദുരാഷ്ട്രം ജീവിക്കുന്നു, ജീവിക്കണം. തൽഫലമായി ഹിന്ദു രാഷ്ട്രത്തെ പുനർനിർമിക്കുകയും പുനരുത്തേജിപ്പിക്കുകയും ഇന്നത്തെ ജാമ്യത്തിൽ നിന്നു മോചിപ്പിക്കുകയും ചെയ്യുക എന്ന ലക്ഷ്യത്തോടുകൂടിയ പ്രസ്ഥാനങ്ങൾ മാത്രമേ ശരിക്കും ദേശീയമായിരിക്കുകയുള്ളു. സ്വന്തം ഹൃദയത്തെപ്പോലെ കണ്ട് ഹിന്ദുവംശത്തെയും രാഷ്ട്രത്തെയും മഹത്വവൽക്കരിക്കാനുള്ള അഭിലാഷത്താൽ പ്രചോദിതരായി പ്രവർത്തനനിരതരാവുകയും ആ ലക്ഷ്യം നേടുന്നതിനുവേണ്ടി പ്രയത്നിക്കുകയും ചെയ്യുന്നവർ മാത്രമേ ദേശാഭിമാനികളായിരിക്കുകയുള്ളു. മറ്റു സകലരും ഒന്നുകിൽ രാജ്യദ്രോഹികളും രാഷ്ട്രതാൽപ്പര്യത്തിന്റെ ശത്രുക്കളുമോ അല്ലെങ്കിൽ ഔദാര്യപൂർവം പറഞ്ഞാൽ, വിഡ്ഢികളോ ആകുന്നു.' (*ഗോൾവാൾക്കർ*, 1939, പേജ് 43–44) അദ്ദേഹം തുടരുന്നു: രാഷ്ട്രത്തെ സംബന്ധിച്ചിടത്തോളം ആ ആശയത്തിന്റെ പഞ്ചകോശപരിധികൾക്കപ്പുറത്തുവരുന്നവർ സകലരും അവരുടെ ഭിന്നതകൾ കൈവെടിയുകയും രാഷ്ട്രത്തിന്റെ മതവും സംസ്കാരവും ഭാഷയും സ്വീകരിക്കുകയും ദേശീയവംശത്തിൽ പൂർണമായി ലയിക്കുകയും ചെയ്യാതെ അവർക്ക് ദേശീയ ജീവിതത്തിൽ യാതൊരു സ്ഥാനവും ഉണ്ടായിരിക്കാവുന്നതല്ല എന്ന് നാം ഓർത്തിരിക്കണം. വംശീയവും മതപരവും സാംസ്കാരികവുമായ ഭിന്നതകൾ നിലനിർത്തുന്ന കാലത്തോളം അവർ വെറും വിദേശികൾ മാത്രമാവുകയേ തരമുള്ളൂ. (*ഗോൾവാൾക്കർ*, 1939, പേജ് 45)

ഇതാ പിന്നെയും: "വിദേശീയരായ കൂട്ടർക്ക് രണ്ട് മാർഗങ്ങൾ മാത്രമേയുള്ളു. ഒന്നുകിൽ ദേശീയവംശത്തിൽ സ്വയം ലയിക്കുകയും അതിന്റെ സംസ്കാരം സ്വീകരിക്കുകയും ചെയ്യുക. അല്ലെങ്കിൽ ദേശീയവംശം അനുവദിക്കുന്ന കാലത്തോളം അതിന്റെ ദയയിൽ കഴിയുകയും അതിന്റെ മധുരേച്ഛപോലെ പിന്നെ നാടുവിടുകയും ചെയ്യുക..... വിചക്ഷണങ്ങളായ പഴയ രാഷ്ട്രങ്ങളുടെ അനുഭവത്തിന്റെ അനുമതിയുള്ള ഈ നിലപാടിൽ നിന്നു നോക്കിയാൽ ഹിന്ദുസ്ഥാനിലെ വിദേശവംശങ്ങൾ ഒന്നുകിൽ ഹിന്ദുസംസ്കാരവും ഭാഷയും സ്വീകരിക്കുകയും ഹിന്ദുമതത്തോട് ആദരവും ഭയഭക്തി ബഹുമാനങ്ങളും കാട്ടാൻ പഠിക്കുകയും ഹിന്ദുവംശത്തെയും സംസ്കാരത്തെയും അതായത്, ഹിന്ദു രാഷ്ട്രത്തെ മഹത്വവൽക്കരിക്കുന്നവയല്ലാതെ മറ്റ് യാതൊരു ആശയവും വച്ചു പുലർത്താതിരിക്കുകയും ഹിന്ദുവംശത്തിൽ ലയിക്കുന്നതിനുവേണ്ടി തങ്ങളുടെ വേറിട്ടുള്ള നിൽപ്പ് ഉപേക്ഷിക്കുകയും ചെയ്യണം. അല്ലെങ്കിൽ യാതൊന്നും അവകാശപ്പെടാതെ, യാതൊരു ആനുകൂല്യങ്ങൾക്കും – മുൻഗണനാപരിഗണനയുടെ കാര്യം പറയുകയും വേണ്ട – അർഹതയില്ലാതെ എന്തിന് പൗരാവകാശങ്ങൾപോലുമില്ലാതെ ഹിന്ദുരാഷ്ട്രത്തിന് പൂർണമായും വഴങ്ങി വേണമെങ്കിൽ അവർക്ക് ഈ രാജ്യത്ത് കഴിയാം. അവർക്ക് സ്വീകരിക്കാൻ ഇതല്ലാതെ മറ്റൊരു മാർഗവുമില്ല. ഉണ്ടായിരിക്കാനെങ്കിലും പാടില്ല. നമ്മൾ ഒരു പഴയ രാഷ്ട്രമാണ്; നമ്മുടെ നാട്ടിൽ ജീവിക്കാൻ തീരുമാനിച്ചിട്ടുള്ള വിദേശവംശങ്ങളെ പഴയ രാഷ്ട്രങ്ങൾ ചെയ്യുന്നതുപോലെ ചെയ്യേണ്ടതുപോലെ നമുക്ക് കൈകാര്യം ചെയ്യാം.

(*ഗോൾവാൾക്കർ*, 1939, പേജ് 47–48)

അപ്പോൾ അത്തരം 'പഴയ രാഷ്ട്രങ്ങൾ' എങ്ങനെ കൈകാര്യം ചെയ്യണമെന്നാണ്? ഫാസിസ്റ്റ് ജർമനിയെ ഇതിലപ്പുറം നഗ്നമായി സ്തുതിക്കാനാവില്ല.

യൂറോപ്പിനെ ഒന്നടങ്കം ചവിട്ടിമെതിക്കാൻ ജർമൻ ഗോത്രങ്ങൾക്ക് പ്രേരണയരുളിയ പ്രാക്തനമായ ആ വംശവീര്യം ആധുനിക ജർമനിയിൽ പുനരുത്ഥാനം ചെയ്തിരിക്കുന്നു. തൽഫലമായി രാഷ്ട്രം അതിന്റെ കൊള്ളയടിക്കാരായ പൂർവികരുടെ പാരമ്പര്യങ്ങളാൽ പൂർവ നിർണിതമായ അഭിലാഷങ്ങളെ ചങ്കൂറ്റത്തോടുകൂടി പിന്തുടരുകയും ചെയ്യുന്നു. അതേപോലെ തന്നെ നമ്മളും. നമ്മുടെ വംശവീര്യവും വീണ്ടും സ്വയം ഉണർത്തപ്പെട്ടിരിക്കുന്നു; നാം സൃഷ്ടിച്ച ആത്മീയാതികായൻമാരുടെ വംശം അതിന് തെ

> ളിവാണ്. അവർ ഇന്ന് അഭൗമപ്രൗഢിയോടുകൂടി ലോകത്ത് തലയുയർത്തിപ്പിടിച്ച് വിലസുന്നു.(*ഗോൾവാൾക്കർ*, 1939, പേജ് 32)
>
> പിന്നെയും: ജർമനി അതിന്റെ വംശത്തിന്റെയും സംസ്കാരത്തിന്റെയും പരിശുദ്ധി കാത്തുസൂക്ഷിക്കുന്നതിനുവേണ്ടി സെമിറ്റിക് വംശങ്ങളെ – ജൂതന്മാരെ – വിപാടനം ചെയ്തുകൊണ്ട് ലോകത്തെ ഞെട്ടിച്ചു. വംശാഭിമാനം അതിന്റെ പരമകാഷ്ഠയിൽ പ്രത്യക്ഷീഭവിക്കുകയായിരുന്നു ഇവിടെ. അടിവേരോളം ഭിന്നതകളുള്ള മതങ്ങളെയും സംസ്കാരങ്ങളെയും ഒരു ഐക്യപൂർണിമയിൽ ഏകീഭവിപ്പിക്കുക എത്രകണ്ട് അസാധ്യമാണെന്നും ജർമനി കാണിച്ചുതന്നിരിക്കുന്നു. അത് ഹിന്ദുസ്ഥാനിലെ നമുക്ക് പഠിക്കുകയും പ്രയോജനപ്പെടുത്തുകയും ചെയ്യാവുന്ന നല്ലൊരു പാഠമാണ്. (*ഗോൾവാൾക്കർ*, 1939, പേജ് 35)

അങ്ങനെ ഹിറ്റ്ലർ 'ഗുരുവിന്റെ ഗുരുവായി' അവതരിപ്പിക്കുന്നു. ഇത് വാസ്തവത്തിൽ ആർ എസ് എസിന്റെ പൈശാചിക സ്വഭാവം തുറന്നുകാട്ടിത്തരികയാണ് ചെയ്യുന്നത്. ഫാസിസത്തിന്റെ തീർത്തും ആധുനികമായ പാശ്ചാത്യസങ്കൽപ്പം കടമെടുക്കാനും എന്നിട്ട് അത് ഹിന്ദുമതത്തെയും പ്രാക്തനമായ സകലതിനെയും ഉയർത്തിപ്പിടിക്കാൻ വേണ്ടിയാണെന്ന് വരുത്തിത്തീർക്കാനും അവർക്ക് യാതൊരു മടിയുമില്ല. ഫാസിസമൊഴിച്ച് മറ്റെല്ലാ പാശ്ചാത്യസങ്കൽപ്പങ്ങളെയും സാംസ്കാരിക മുന്നേറ്റങ്ങളെയും 'അന്യം' എന്നു പറഞ്ഞ് പുച്ഛിച്ചുതള്ളുകയും ചെയ്യുന്നു.

പക്ഷേ, മുഴച്ചുനിൽക്കുന്ന, സ്ഥായി അല്ലാത്ത ഒന്ന് ഗോൾവാൾക്കർക്ക് പ്രശ്നമല്ലെന്ന് തോന്നുന്നു. അദ്ദേഹത്തിന്റെ അഭിപ്രായത്തിൽ ഹിന്ദുക്കൾ ആര്യൻമാരാണെങ്കിൽ ഹിറ്റ്ലർ ആദർശവീറോടെ പരിലാളിച്ച ഈ ആര്യൻമാർ ആരായിരുന്നു? അവരും ആര്യന്മാരായിരുന്നെങ്കിൽ അവർ ഇന്ത്യയിൽനിന്ന് ജർമനിയിലേക്ക് കുടിയേറിയതോ അതോ മറിച്ചോ? അദ്ദേഹത്തിന്റെ സിദ്ധാന്തപ്രകാരം ഇന്ത്യ, ജർമനി എന്നിവ രണ്ടും ഒരേ രാഷ്ട്രത്തിന്റെ ഭാഗമായിരിക്കണം!

അങ്ങനെ ഈ അഭ്യാസം ഒന്നടങ്കം ഒരു ഫാസിസ്റ്റ് ഹിന്ദുരാഷ്ട്രത്തിനുള്ള അടിത്തറ ഒരുക്കിക്കൊടുക്കുന്നു. അത് ഇന്നത്തെ കാവിപ്പടയുടെ ദൗത്യമായി, കാമ്പായി, തുടരുകയും ചെയ്യുന്നു.

ഈ പ്രക്രിയയിൽ, തങ്ങളുടെ രാഷ്ട്രീയ നേട്ടങ്ങൾക്കായി ഹിന്ദുമതത്തെയും അതിന്റെ സമ്പന്ന വൈവിധ്യത്തെയും തട്ടിയെടുക്കാൻ അവർ ശ്രമിക്കുന്നു. അപ്പോൾ ആർ എസ് എസിന്റെ കാര്യപരിപാടിക്കും ഇപ്പോൾ കാവിപ്പടയുടെ കാര്യപരിപാടിക്കും മതവുമായി അൽപ്പം പോകട്ടെ, ഒരു ബന്ധവുമില്ല. അതൊരു വർഗീയ പ്രത്യയശാസ്ത്രമാണ്. തങ്ങളുടെ രാഷ്ട്രീയ ലക്ഷ്യത്തിനുവേണ്ടി തങ്ങൾതന്നെ ഉണ്ടാക്കിയെടുക്കുകയും പ്രോത്സാഹിപ്പിക്കുകയും ചെയ്യുന്ന മതപരമായ ഭിന്നിപ്പു

കളെ അതുപയോഗിക്കുന്നു. അതുകൊണ്ട് അതിന്റെ വക്താക്കൾ ഇതിനെ തുറന്നുകാണിക്കുന്നവർക്കു നേരെ വിഷം വമിക്കുന്നു. അതിനുള്ള എതിർപ്പ് വന്നത് മതനേതാക്കളിൽ നിന്നുതന്നെ. (കുന്ദ്രകുഡി അഡിഗളാറുമായി നടത്തിയ ഇന്റർവ്യൂ – 1993 മാർച്ച് 12–ന്റെ ലക്കം *ഫ്രണ്ട് ലൈൻ* – കാണുക) ജനങ്ങളുടെ മതവികാരത്തെ തങ്ങളുടെ രാഷ്ട്രീയ ലക്ഷ്യസാക്ഷാത്കാരത്തിനായി അവർ ചൂഷണം ചെയ്യുന്നു. അങ്ങനെ മതത്തെ ദുരുപയോഗപ്പെടുത്തിക്കൊണ്ട് ഹിന്ദൂയിസത്തിന്റേതന്നെ മാനവികമായ ഉള്ളടക്കത്തിന്റെ ശത്രുക്കളായി അവതരിക്കുകയാണവർ.

പുസ്തകത്തിന്റെ മറ്റ് രണ്ട് പ്രധാന വശങ്ങൾ ചർച്ചചെയ്യുക തന്നെ വേണം. ഒന്നാമത്തേത് ന്യൂനപക്ഷത്തിന്റെ പ്രശ്നവുമായി ബന്ധപ്പെട്ടതാണ്. ലീഗ് ഓഫ് നാഷൻസ് വ്യവസ്ഥ ചെയ്തിട്ടുള്ള ന്യൂനപക്ഷ ഉടമ്പടികളെ ഭർത്സിച്ചുകൊണ്ട് ഗോൾവാൾക്കർ പറയുന്നു:

> ന്യൂനപക്ഷ പ്രശ്നത്തിന് നിർദേശിക്കുന്ന ആധുനിക പരിഹാരം അതിലധികം അപകടകരമാണ്. ലീഗിന്റെ അഭിപ്രായത്തിൽ അംഗസംഖ്യകൊണ്ടും താമസിച്ച വർഷങ്ങളുടെ എണ്ണംകൊണ്ടും (അതിൽ ഞങ്ങൾക്ക് സംശയമുണ്ട്) ന്യൂനപക്ഷങ്ങളായവർക്ക് പറയപ്പെടാത്ത ആനുകൂല്യങ്ങൾ അനുവദിച്ചുകൊടുക്കുന്നു, എന്നു മാത്രമല്ല മറ്റെല്ലാവർക്കും – അവരുടെ എണ്ണം എത്ര കുറവോ താമസകാലം എത്ര ഹ്രസ്വമോ ആയാലും ശരി – ലീഗ് ശുപാർശ ചെയ്തിട്ടുള്ളതിലും വളരെക്കൂടുതൽ അവകാശങ്ങളും ആനുകൂല്യങ്ങളും നൽകുകയും ചെയ്യുന്നു. അതിന്റെ അനന്തരഫലങ്ങൾ ഇപ്പോൾതന്നെ അനുഭവപ്പെടുന്നുണ്ട്. ഹിന്ദു ദേശീയ ജീവിതം തകർക്കപ്പെട്ടുവെന്ന അപകടം ഉയർന്നുവന്നിരിക്കുന്നു. നമ്മൾ ശ്രദ്ധിക്കുക, തയാറെടുക്കുക.(*ഗോൾവാൾക്കർ*, 1939, പേജ് 49–50, ഊന്നൽ ചേർത്തത്)

ഈ ധാരണയും നേരത്തെ കണ്ട ന്യൂനപക്ഷങ്ങളോടുള്ള അസഹിഷ്ണുതയും ചേർത്തുവച്ച് നോക്കിയാൽ കാണുന്നചിത്രം ഹിന്ദുരാഷ്ട്രം എന്ന സങ്കൽപ്പം സാക്ഷാത്കരിക്കുന്നതിൽ കാവിപ്പട വിജയിക്കുകയാണെങ്കിൽ നാസിഫാസിസത്തെപ്പോലും അമ്പേ ലജ്ജിപ്പിക്കുന്ന തരത്തിലുള്ള വിപാടനത്തിന്റേതാണ്.

രണ്ടാമത്തെ അംശം അവരുടെ ഹിന്ദുരാഷ്ട്രത്തിലെ സാമൂഹിക ക്രമത്തെ സംബന്ധിച്ച സങ്കൽപ്പനത്തെക്കുറിച്ചാണ്. 'ലോകത്തിലെ സകലജനങ്ങളോടും ഹിന്ദുസ്ഥാനിൽപ്പോയി അവിടത്തെ 'അഗ്രജ'രായ ബ്രാഹ്മണരിൽനിന്ന് തങ്ങളുടെ കർത്തവ്യങ്ങൾ പഠിച്ചുകൊള്ളാൻ വിധിച്ച ഒന്നാമനും ഏറ്റവും വലിയവനുമായ നിയമദാതാവായി" (*ഗോൾവാൾക്കർ*, 1939, പേജ് 55–56) മനുവിനെ ഗോൾവാൾക്കർ ശ്ലാഘിക്കുന്നു.

ഇരിക്കട്ടെ, *മനുസ്മൃതി* പറയുന്നതെന്താണ്? ജാതി അടിസ്ഥാനത്തിലുള്ള പാരമ്പര്യാനുസൃത സാമൂഹികവിഭജനത്തെ ശക്തിയായി ന്യായീകരിച്ചശേഷം മനുസ്മൃതി പറയുന്നു: "ബ്രാഹ്മണസേവ എന്ന ഒന്നുമാത്രമാണ് ശൂദ്രന് ചെയ്യാനുള്ള നൈസർഗികവൃത്തി. മറ്റു പ്രവർത്തനങ്ങളിൽ നിന്നും അവന് യാതൊരു പ്രയോജനവും ലഭിക്കുന്നതല്ല." 123–അധ്യായം X. "ശൂദ്രന് അവരിൽനിന്ന് ലഭിക്കുന്നത് അവരുടെ ഉച്ഛിഷ്ടഭക്ഷ്യവും പഴകിയ വസ്ത്രവും കേടായ ധാന്യവും തേഞ്ഞതും ഉപയോഗശൂന്യമായതുമായ ഗാർഹികോപകരണങ്ങളും ആയിരിക്കും." (125, അധ്യായം X) (129, അധ്യായം X) ഒരു ഭൃത്യന് (ശൂദ്രന്) അവന് എത്ര കഴിവുണ്ടെങ്കിലും – സമ്പത്ത് കുന്നുകൂട്ടാൻ പാടില്ലാത്തതാകുന്നു. എന്തുകൊണ്ടെന്നാൽ ആ കാഴ്ച പുരോഹിത വിഭാഗത്തിന് മന:ശല്യം ഉണ്ടാക്കുന്നതായിരിക്കും." (129, അധ്യായം X) (ഈ ഉദ്ധരണികൾ *ഡോണിഗർ ആൻഡ് സ്മിത്തി* (1991)ൽ നിന്നും എടുത്തിട്ടുള്ളതാണ്).

തൊട്ടുകൂടാത്തവരടക്കമുള്ള സാമൂഹ്യരംഗത്തെ തിരസ്കൃതവിഭാഗങ്ങളെ നിർവചിക്കാനും അവരുടെ ഭൃത്യവൃത്തിയെക്കുറിച്ച് പ്രതിപാദിക്കാനുമാണ് *മനുസ്മൃതി* പിന്നീട് ശ്രമിക്കുന്നത്. അസഹിഷ്ണുതയാർന്ന ജാതീയ ഘടനയുടെ പ്രതിധ്വനി ഗോൾവാൾക്കറിലും അദ്ദേഹത്തിന്റെ കാവിപ്പടയിലും കേൾക്കാം. എന്തുകൊണ്ടെന്നാൽ മനുസ്മൃതി തന്നെ 'ആര്യൻ സാമൂഹ്യഘടന'യിൽ അധിഷ്ഠിതമാണല്ലോ. "സ്വഭാവത്തിലെ അനാര്യത പാരുഷ്യം, ക്രൗര്യം, ജപകർമങ്ങളോടുള്ള ആലസ്യം തുടങ്ങിയവ അയാളുടെ ജന്മവൈകൃതമാണ് വെളിപ്പെടുത്തുന്നത്." (58, അധ്യായം X) ചാതുർവർണ്യത്തിന് വെളിയിലുള്ള വിഭാഗങ്ങൾ ആദിവാസികളും ദ്രാവിഡന്മാരുമാണ്. "നായാടികൾ (നിഷാദന്മാർ) തൊഴിലിൽ കുറഞ്ഞവർ (കരവാരന്മാർ) തുകൽപ്പണി ചെയ്യുന്നു. ഗംഗയുടെ തീരത്തുള്ള "വിദേഹമാണ് അവരുടെ ജന്മസ്ഥലം." (36, അധ്യായം X)

സ്ത്രീകളെയോ ശൂദ്രന്മാരെയോ വൈശ്യരെയോ ക്ഷത്രിയരെയോ – അതായത് ബ്രാഹ്മണൻ ഒഴിച്ചുള്ളവരെയെല്ലാം – വധിക്കുന്നത് നിസ്സാരകുറ്റങ്ങളാകുന്നു. (*മനുസ്മൃതി* – XI; 67) "ശൂദ്രന്റെ സ്വത്തുക്കൾ തികഞ്ഞ മന:സമാധാനത്തോടുകൂടി ഒരു ബ്രാഹ്മണന് കൈവശപ്പെടുത്താവുന്നതാകുന്നു. എന്തുകൊണ്ടെന്നാൽ ശൂദ്രന് യാതൊന്നും സ്വന്തമാക്കി വയ്ക്കുവാൻ പാടില്ല. അതിനാൽ അവന്റെ സ്വത്ത് യജമാനന് കൈയടക്കാവുന്നതാകുന്നു." (VII- 417) "സ്ത്രീക്ക് വേദത്തിന് അധികാരം ഇല്ലാത്തതിനാൽ അവൾ അസത്യത്തിന് തുല്യയാകുന്നു." (ix-18) "ശൂദ്രന് സ്വത്ത് സമ്പാദിച്ചുകൂട്ടാൻ കഴിയുമെന്നിരിക്കിലും അവൻ തീർച്ചയായും അത് ചെയ്യാൻ പാടില്ലാത്തതാകുന്നു. എന്തുകൊണ്ടെന്നാൽ ഒരു ശൂദ്രന്റെ സമ്പാദ്യം കണ്ണിൽപ്പെടുന്നതുപോലും ബ്രാഹ്മ

ണർക്ക് ശല്യമാകുന്നു" (X-29) "നായ്ക്കളും കഴുതകളുമായിരിക്കണം ശൂദ്രന്റെ സ്വത്ത്. മരിച്ചവരുടെ തുണികളായിരിക്കണം ശൂദ്രന്റെ വേഷം. അവർ പൊട്ടച്ചട്ടികളിൽ ഭക്ഷണം കഴിക്കുകയും കാരിരുമ്പിന്റെ ആഭരണങ്ങൾ അണിയുകയും എപ്പോഴും ദേശ-ദേശാന്തരം അലഞ്ഞുകൊണ്ടിരിക്കുകയും ചെയ്തുകൊള്ളണം." (X 52)

സ്ത്രീകളോട് അനുഷ്ഠിക്കേണ്ട മനുഷ്യോചിതമല്ലാത്ത ചില പെരുമാറ്റങ്ങളും ഇതിൽ രേഖപ്പെടുത്തിയിട്ടുണ്ട്. സ്ത്രീയെ അവരുടെ ശൈശവത്തിൽ അച്ഛനും യൗവനത്തിൽ ഭർത്താവും വാർധക്യത്തിൽ ആൺമക്കളും – നിയന്ത്രിക്കണം" (148, അധ്യായം V) തീർന്നില്ല ഒരു പുരുഷൻ കാഴ്ചയ്ക്കു സുന്ദരനോ യുവാവോ എന്ന് സ്ത്രീ നോക്കേണ്ടതില്ല. അയാൾ എത്ര വൃത്തിഹീനനായാലും അയാളോടൊപ്പം അവൾ ലൈംഗികബന്ധം പുലർത്തുകയാണ് വേണ്ടത്." (14)

*മനുസ്മൃതി*യോടുള്ള ഇത്തരം പ്രേമം ഗോൾവാൾക്കറുടെ ഈ പുസ്തകത്തിൽ മാത്രം ഒതുങ്ങിനിൽക്കുന്നതാണെന്ന് ധരിച്ചുകളയരുത്. വളരെ പിന്നീട് ചിന്താസഞ്ചയത്തിൽ അദ്ദേഹം പറഞ്ഞു:

> *ബ്രാഹ്മണൻ തലയും രാജാവ് കൈകളും വൈശ്യൻ തുടകളും ശൂദ്രൻ പാദങ്ങളുമാകുന്നു. അങ്ങനെ ചതുർവിധസംവിധാനമുള്ളവർ, അതായത് ഹൈന്ദവജനത ആണ് നമ്മുടെ ഈശ്വരൻ എന്നാണ് അർഥം. (ഗോൾവാൾക്കർ, 1966, പേജ് 25)*

ഈ ധാരണയാണ് സ്വാതന്ത്ര്യത്തിനുശേഷം 'ഹിന്ദു കോഡു ബില്ലി'നുള്ള ഭേദഗതികളെ എതിർക്കാൻ ആർ എസ് എസിന് പ്രേരകമായത്. കാവിപ്പടയുടെ കൂട്ടുസംഘങ്ങൾ ഇന്ന് *മനുസ്മൃതിയെ* പുന:സ്ഥാപിക്കുന്നതിനുള്ള ചാലകശക്തിയും ഈ ധാരണതന്നെയാണ്. അടുത്തകാലത്ത് നടന്ന 'ധർമ സംസദിലെ' ആക്രോശവും നിലവിലുള്ള ഇന്ത്യൻ ഭരണഘടന 'അഹൈന്ദവ'മാണെന്ന് മുദ്രകുത്തലും ഇതിന് തെളിവാണ്.

ആർ എസ് എസിന്റെ നേതാക്കൾ ഇന്നേ തീയതിവരെയും സവർണരായ മഹാരാഷ്ട്ര ബ്രാഹ്മണരായിരിക്കുന്നതിന്റെ പ്രസക്തി ഇത്തരുണത്തിൽ ശ്രദ്ധേയമാണ്. "1920-കളുടെ മധ്യത്തിൽ ഹിന്ദുത്വത്തിന്റെ പ്രത്യയശാസ്ത്രത്തിന്റെയും സംഘടനയുടെയും രൂപീകരണത്തിൽ മഹാരാഷ്ട്രത്തിനുള്ള നടുനായകത്വം ഒട്ട് ആശ്ചര്യകരമായി തോന്നാം. കാരണം 1920-കളുടെ ആദ്യം മുസ്ലീങ്ങൾ യാതൊരു ഭീഷണിക്കും ഇടയില്ലാത്തവിധം ഇവിടെ ഒരു ചെറിയ ന്യൂനപക്ഷമായിരുന്നു. വലിയ കലാപങ്ങളൊന്നും ഈ പ്രദേശങ്ങളിൽ നടന്നിട്ടുമില്ല. പക്ഷേ സത്യാബാ ഫൂലേ തന്റെ 'സത്യശോധക് സമാജ്' സ്ഥാപിച്ച 1870-കൾ മുതൽക്ക് പിന്നോക്കജാതിക്കാരുടെ ശക്തമായ ഒരു ബ്രാഹ്മ

ണവിരുദ്ധ പ്രസ്ഥാനത്തിന് മഹാരാഷ്ട്രം സാക്ഷ്യം വഹിച്ചു. 1920-കളായപ്പോഴേക്കും അംബേദ്കറുടെ നേതൃത്വത്തിൽ ദളിതരും സ്വയം സംഘടിക്കാൻ തുടങ്ങിക്കഴിഞ്ഞിരിക്കുന്നു. 1990-91-ലെപ്പോലെ 1925-ലും ഹിന്ദുത്വം മേൽജാതിക്കാരുടെ കൈയിൽനിന്ന് വഴുതിപ്പൊയ്ക്കൊണ്ടിരുന്ന സർവാധീശത്വം വീണ്ടെടുക്കാനുള്ള ഒരു ഉദ്യമമായിരുന്നു." (*ബാസു, ദത്ത, സർക്കാർ, സർക്കാറും സെന്നും*, 1993, പേജ് 10-11)

അങ്ങനെ മനുഷ്യത്വഹീനമായ ജാതീയമായ അടിച്ചമർത്തൽ, സ്ത്രീകൾക്ക് പ്രാഥമികമായ അവകാശങ്ങൾ നിഷേധിക്കൽ എന്നിവ രണ്ടിനും നിയമസാധുത നൽകുന്ന ഒന്നാണ് ഹിന്ദുരാഷ്ട്രത്തിലെ സാമൂഹിക ക്രമത്തെക്കുറിച്ചുള്ള വീക്ഷണം. അത്തരമൊരു സംവിധാനത്തിൽ സതിപോലെയുള്ള കുറ്റകരമായ അനാചാരങ്ങൾക്ക് നിയമസാധുത ലഭിക്കുമെന്ന് മാത്രമല്ല അവയെ മഹത്വവൽക്കരിച്ചെന്നു വരികയും ചെയ്യാം.

കാവിപ്പടയ്ക്ക് ഹിന്ദുരാഷ്ട്രത്തെക്കുറിച്ച് അവർക്കുള്ള വീക്ഷണം സ്ഥാപിച്ചെടുക്കുന്നതിനുള്ള അടിത്തറ പ്രദാനം ചെയ്തുകൊണ്ട് ഇന്നും തുടരുന്നത് ഗോൾവാൾക്കർ രൂപകൽപ്പന ചെയ്ത ഈ വീക്ഷണമാണ്. 1950-കളിൽ ഈ പുസ്തകം പുന:പ്രസിദ്ധീകരിച്ചില്ല എന്ന് അവർ ഇന്ന് അവകാശപ്പെടുന്നുണ്ടെങ്കിൽ അതിന് ഈ വീക്ഷണത്തിന്റെ നിരാകരണവുമായി യാതൊരു ബന്ധവുമില്ല. അങ്ങനെ എന്തെങ്കിലും ചെയ്തെങ്കിൽ അതിന് ഏറെയും കാരണം രണ്ടാം ലോകമഹായുദ്ധത്തിൽ ഫാസിസത്തിന്റെ പരാജയവും മർദക നുകത്തിൽ നിന്നുള്ള ലക്ഷോപലക്ഷങ്ങളുടെ മോചനവുമാണ്. ഗോൾവാൾക്കർ പടുത്തുയർത്തിയ ആദർശം തകർക്കപ്പെട്ടതോടെ കാവിപ്പടയ്ക്ക് അത് ഇന്ത്യയിൽ പ്രചരിപ്പിക്കാൻ കഴിയാതായി. ആഭ്യന്തരരംഗത്താകട്ടെ ഗാന്ധിജിയുടെ വധത്തിനുശേഷം കോൺഗ്രസിനെക്കുറിച്ചുള്ള അവരുടെ ആഭാസകരമായ പരാമർശങ്ങൾ അത്ര സുഖിക്കുന്നതായിരിക്കില്ലെന്നും വന്നു.

പക്ഷേ, നേരത്തെ പറഞ്ഞതുപോലെ പുസ്തകത്തിൽ രൂപകൽപ്പന ചെയ്തിട്ടുള്ള മൗലികധാരണയാണ് കാവിപ്പടയ്ക്കുള്ള പ്രചോദനമായി ഇന്നും തുടരുന്നത്. രണ്ട് ലക്ഷ്യങ്ങളാണുള്ളത്: 'ഹിന്ദുക്കളുടെ ഇടയിലുള്ള ആഭ്യന്തര വൈവിധ്യത്തെ ഒരൊറ്റ ആധിപത്യത്തിൻ കീഴിലേക്ക് വെട്ടിച്ചുരുക്കാൻ ശ്രമിക്കുക. ഹിന്ദുക്കൾക്ക് പുറത്തുള്ള ഒരു സമുദായത്തിന് - മുസ്ലീങ്ങൾക്ക് - എതിരെ വിദ്വേഷം ജനിപ്പിക്കുകയും ചെയ്യുക. (ഈ വിദ്വേഷം കാവിപ്പട പരത്തുന്നത് എന്ത് നുണയുടെ അടിസ്ഥാനത്തിലാണെന്നറിയാൻ കപടഹിന്ദുയിസം തുറന്നുകാട്ടപ്പെടുന്നു: *കാവിപ്പടയുടെ മിഥ്യയും യാഥാർഥ്യവും* എന്ന സി പി ഐ (എം) പ്രസിദ്ധീകരണം, 1993 കാണുക)

ഹൈന്ദവജനതയുടെ ആഭ്യന്തരമായ ഏകീകരണം സാധിക്കുന്ന

തിനുള്ള അവരുടെ പ്രതീകം – രാമനും രാമായണവും – പോലും വളരെ സമ്പന്നമായ വൈവിധ്യമുള്ള ഒന്നാണെന്ന കാര്യം വിഷയത്തിൽനിന്നുള്ള ഒരു വ്യതിയാനമെന്ന നിലയിൽ ശ്രദ്ധിക്കുന്നത് രസകരമായിരിക്കും. എന്റെ ബാല്യകാലസ്മരണയിലുള്ള അവിശ്വസനീയമായ രാമായണ കഥാപാത്രങ്ങളെ വിന്ധ്യന് തെക്കുള്ള രാജാക്കന്മാരായ ബാലിയും സുഗ്രീവനും ജാംബവാനും മറ്റും ഓർത്തുപോകുന്നു. അവരെ മൃഗങ്ങളായിട്ടാണ് അല്ലാതെ മനുഷ്യരായിട്ടല്ല ചിത്രീകരിച്ചിരിക്കുന്നത്. ദ്രാവിഡന്മാർക്കുമേൽ ആര്യാധീശത്വം സ്ഥാപിക്കാനുള്ള ശ്രമത്തിന്റെ ഒരു പ്രതിഫലനമായിരുന്നില്ലേ ഇത്?

അല്ലെങ്കിൽ കേരളത്തിൽ കൊണ്ടാടുന്ന ഓണാഘോഷത്തെ ചുറ്റിപ്പറ്റിയുള്ള ഐതിഹ്യമെടുക്കുക. കേരളത്തിലെ ജനങ്ങൾ അവരുടെ പ്രിയങ്കരനായ മഹാബലി ചക്രവർത്തിയുടെ ആണ്ടിലൊരിക്കലുള്ള മടങ്ങിവരവ് ആഘോഷിക്കുന്നു. എന്നാൽ ആര്യകഥകളിൽ അദ്ദേഹത്തിന് അസുരന്മാരുടെ രാജാവായിട്ടും വിഷ്ണു വാമനരൂപം പൂണ്ട് കൊല്ലേണ്ടവനായിട്ടുമാണ് വിവരിച്ചിരിക്കുന്നത്.

ഒരു വിഭാഗം ഹിന്ദുക്കളുടെ നായകൻ മറ്റൊരു വിഭാഗത്തിന് പ്രതിനായകൻ! ഈ രാജാക്കന്മാർ രണ്ടും രണ്ടാണെന്ന് കാവിപ്പട ഒരുപക്ഷേ പറഞ്ഞേക്കാം. മനുഷ്യൻ ചന്ദ്രനിലിറങ്ങിയപ്പോൾ വേദശാസ്ത്രങ്ങളിൽ പറഞ്ഞിട്ടുള്ള ഈ ചന്ദ്രൻ വേറെയാണെന്ന് വിളിച്ചുപറഞ്ഞ സ്വാമിമാരെപ്പോലെ!

അല്ലെങ്കിൽ ഇതിഹാസത്തെ രാവണന്റെ കഥയായി വിവരിക്കുന്ന *രാവണായനം* എടുക്കുക. ജീവനുള്ള ഏതൊരു ജീവിയാലും കൊല്ലപ്പെടരുതെന്നുള്ള വരം നേടിയ രാവണന് ലൗകികജീവിതം മടുക്കുന്നു. അപ്പോൾ മോക്ഷപ്രാപ്തിക്കായി രാമന്റെ കൈകൾകൊണ്ട് മരിക്കുന്നതിനുവേണ്ടി അദ്ദേഹത്തെ ഭൂമിയിലേക്ക് കൊണ്ടുവരുന്നതിനുള്ള തന്ത്രം പ്രയോഗിക്കുന്നു. വിജയദശമി തിന്മയുടെ മേൽ നന്മയുടെ വിജയത്തിനുപകരം രാവണന്റെ മോക്ഷപ്രാപ്തിയെ കുറിക്കുന്നതായിക്കൂടെന്നുമില്ല. (*പൗലാറിച്ച് മാൻ* 1992 കാണുക)

തമിഴിലുള്ള *കമ്പരാമായണം* വാസ്തവത്തിൽ ബാങ്കോക്കിലെ രാജസഭയെ അലങ്കരിച്ചിരുന്ന തായ്‌ലാൻഡിലെ ഒരു കമ്പൻ രചിച്ചതാണെന്ന് കണ്ടെത്തിയിട്ടുണ്ട്. കമ്പൻ പറയുന്നതുപോലെ പരന്നൊഴുകുന്നതും അനവരതം വൈവിധ്യമാർന്നതും ഒരേസമയം തന്നെ ഏറ്റവും അനേകവുമായിരിക്കുന്നതുമായ ഇതിഹാസസദൃശമായ ഒരു ഉജ്വലകഥയാണത്. അതിനെയാണ് ഒരു ഹിന്ദുരാഷ്ട്രം സ്ഥാപിക്കുക എന്ന രാഷ്ട്രീയ ലക്ഷ്യത്തിനുവേണ്ടി ഇന്ന് വെട്ടിയൊതുക്കിക്കൊണ്ടിരിക്കുന്നത്.

ഇനി ഗോൾവാൾക്കറിലേക്ക് മടങ്ങാം. തന്റെ പുസ്തകത്തിന്റെ ഉപസംഹാരത്തിൽ അദ്ദേഹം പറയുന്നു:

> കഴിഞ്ഞകാല നാഗരികതകൾക്ക് അവയുടെ ദിവസം വന്നു. ഒന്നോ രണ്ടോ ദിവസം പാർത്തിട്ട് അവ പോയ്മറഞ്ഞു. കാരണം അവയ്ക്ക് നിറവേറ്റാൻ ഒന്നുമുണ്ടായിരുന്നില്ല. പക്ഷേ കൂടുതൽ കടുത്ത ദുര്യോഗങ്ങളുണ്ടായിട്ടും നാം ജീവിതം തുടരുന്നു. ലോകത്തിന്റെ വിജയശ്രീലാളിതനാഥൻമാരായി വീണ്ടും പ്രത്യക്ഷപ്പെടുകയും ചെയ്യുന്നു. ആശ കൈവെടിയാൻ നമുക്ക് യാതൊരു കാരണവുമില്ല. അങ്കം ഒന്ന്.... വിധിവിപര്യയത്താൽ എത്രയോ കലുഷമായ ഒരു രംഗം. മാറിവരുന്ന രംഗങ്ങൾ നമ്മെയെല്ലാം മനംമടുപ്പിക്കുന്നു. എന്നാലും ക്ഷമയോടെ ഇരിക്കുക, ഈ വന്യനാടകത്തിന്റെ അർഥമെന്തെന്ന് നമ്മുടെ നാടകകൃത്ത് ഏതെങ്കിലും അഞ്ചാമങ്കത്തിൽ കാട്ടിത്തരും. നാം ക്ഷമയോടിരിക്കുക . (*ഗോൾവാൾക്കർ* തന്നെയോ? 1939, പേജ് 65)

'വന്യനാടകം' അതിന്റെ ഫാസിസ്റ്റ് മാനങ്ങൾ നിവർത്തുകയാണ്. ജോർജി ദിമിത്രോവ് (കമ്യൂണിസ്റ്റ് ഇന്റർനാഷണലിന്റെ 1935–ലെ ഏഴാം കോൺഗ്രസിൽ നടത്തിയ പ്രസംഗത്തിൽ) പറയുന്നത് ഫാസിസം സാമ്രാജ്യത്വത്തിന്റെ ഏറ്റവും പിന്തിരിപ്പനായ വൃത്തങ്ങളുടെ താൽപ്പര്യങ്ങൾക്കുവേണ്ടി പ്രവർത്തിക്കുമ്പോൾ തന്നെ പഴയ ബൂർഷ്വാ പാർട്ടികളുടെ മനോഭാവത്തോടെ പൊരുത്തപ്പെടാനാകാതെ പഴയ ബൂർഷ്വാ ഗവണ്മെന്റിനെ കൈയൊഴിഞ്ഞ നിരാശരായ ബഹുജനങ്ങളെ കൈയിലെടുക്കുകയും ചെയ്യുമെന്നാണ്. സ്വതന്ത്ര ഇന്ത്യയുടെ ഭരണസംവിധാനത്തിന്റെ നെടുംതൂണുകളായ മതനിരപേക്ഷതയുടെയും ജനാധിപത്യത്തിന്റെയും നേർക്ക് കാവിപ്പട അഴിച്ചുവിട്ടിരിക്കുന്ന ആക്രമണത്തിന്റെ തീവ്രത ശ്രദ്ധിക്കുക. ബാബറി മസ്ജിദ് ഭ്രാന്തമായി തകർത്ത് നിലവിലുള്ള ഭരണഘടനയെയും രാജ്യത്തെ നിയമങ്ങളെയും നഗ്നമായി ലംഘിച്ചുകൊണ്ട് കാവിപ്പട നടത്തിയ കൈയാങ്കളിയാണെന്നിരിക്കെ അതിന്റെ കുറ്റമത്രയും ഇന്നത്തെ ഗവണ്മെന്റ് നയങ്ങളുടെ പടിവാതിലിൽ ഇറക്കിവയ്ക്കുന്നതിൽ കാട്ടുന്ന തീവ്രതയും ശ്രദ്ധിക്കുക.

ദിമിത്രോവ് തുടർന്ന് പറയുന്നു:

> ഫാസിസം ജനങ്ങളെ അങ്ങേയറ്റം അഴിമതിക്കാരും ദുരപെരുത്തവരുമായ പരിഷകളുടെ ദയാദാക്ഷിണ്യത്തിന് എറിഞ്ഞുകൊടുക്കുകയും എന്നാൽ ബഹുജനങ്ങളുടെ കൊടിയ നൈരാശ്യത്തെ മുതലെടുത്തുകൊണ്ട് സത്യസന്ധവും അഴിമതിരഹിതവുമായ ഒരു ഗവൺമെന്റിനു വേണ്ടിയുള്ള വാദവുമായി അവരുടെ മുമ്പിൽ പ്രത്യക്ഷപ്പെടുകയും ചെയ്യുന്നു...... ഫാസിസം ഓരോ രാജ്യത്തെയും പ്രത്യേകതകൾക്കനുസൃതമായി അതിന്റെ രാഷ്ട്രീയാഭാസവിലാസം രൂപപ്പെടുത്തിനെടുക്കുന്നു; പെറ്റി ബൂർഷ്വാവി

ഭാഗം ഒന്നടങ്കവും എന്തിന് ഇല്ലായ്മകളാലും തൊഴിലില്ലായ്മയാലും അരക്ഷിതത്വത്താലും നിരാശയിലാണ്ട തൊഴിലാളികളിൽ ഒരു വിഭാഗംപോലും ഫാസിസത്തിന്റെ സാമൂഹികവും സങ്കുചിതവുമായ രാഷ്ട്രീയ കസർത്തിന് ഇരയായിത്തീരുന്നു.

ഫാസിസത്തിന്റെ ഈ സവിശേഷതയാണ് കാവിപ്പടയുടെ ഇന്നത്തെ രാഷ്ട്രീയക്കസർത്തിനെയും പ്രചാരണങ്ങളെയും ശരിക്കും നിർവചിക്കുന്നത്. ബൂർഷ്വാ–ഭൂപ്രഭുവർഗ നയങ്ങളിൽ നിന്ന് ഉയർന്നുവരുന്ന അസംതൃപ്തിയെ മുതലെടുത്തുകൊണ്ട് അവർ അതിനെ വളർന്നുകൊണ്ടിരിക്കുന്ന ദാരിദ്ര്യസ്ഥിതിക്ക് മാറ്റം വരുത്താനുതകുന്ന ചാലുകളിലേക്ക് തിരിച്ചുവിടുന്നതിനുപകരം ഈ അസംതൃപ്തിയെ തങ്ങളുടെ ലക്ഷ്യങ്ങൾ നേടുന്നതിനുവേണ്ടി മത–സാമുദായിക ചാലുകളിലേക്കാണ് തിരിച്ചുവിടുന്നത്. രാമജന്മഭൂമി ക്ഷേത്രം പണിയുക എന്ന ഒരേയൊരു പരിപാടി ജനങ്ങളുടെ മുമ്പിൽ വയ്ക്കുകവഴി കാവിപ്പട വാസ്തവത്തിൽ ബലപ്പെടുത്തുന്നത് നമ്മുടെ ജനങ്ങളുടെ മേൽ ദുരിതം വലിച്ചുവയ്ക്കുന്ന ചൂഷണത്തിന്റെ അസ്ഥിവാരത്തെ തന്നെയാണ്. അതിന്റെ ആവശ്യത്തിനായി സാമ്രാജ്യത്വത്തിന്റെ പരിരക്ഷ നേടാൻ പരസ്യമായി നടത്തിക്കൊണ്ടിരിക്കുന്ന ശ്രമത്തിനൊപ്പം ഇതുംകൂടി ചേർന്ന് ഇന്ത്യൻ ജനതയ്ക്ക് സർവനാശമാണ് വരുത്തിവയ്ക്കാൻ പോകുന്നത്.

ജനങ്ങളുടെ യഥാർഥ സ്ഥിതിയും അവരുടെ ദുരിതങ്ങൾക്ക് ശമനം വരുത്തുന്നതും തങ്ങളെ സംബന്ധിക്കുന്ന കാര്യങ്ങളല്ലെന്ന് കാവിപ്പട ഇപ്പോൾ വ്യക്തമായി വെളിപ്പെടുത്തിക്കഴിഞ്ഞിരിക്കുന്നു. യു എസിലെ മൊത്തം ജനസംഖ്യയിലും കൂടുതൽ ഇന്ത്യക്കാർ ദയനീയമാംവിധം താണ ഒരു ദാരിദ്ര്യരേഖയ്ക്കും താഴെയാണെന്നത് അവരെ സംബന്ധിക്കുന്ന കാര്യമല്ല. അനേകരാജ്യങ്ങളിലെ ജനസംഖ്യയെക്കാളും ദശലക്ഷങ്ങൾ അധികമായ നമ്മുടെ രാജ്യത്തെ കുട്ടികൾ ഉപജീവനം നടത്താൻ നിർബന്ധിതമാക്കപ്പെടുന്നു എന്നത് അവരെ സംബന്ധിക്കുന്ന കാര്യമല്ല. ആസ്ട്രേലിയയിലെ മൊത്തം ജനസംഖ്യയിലും കൂടുതലായി ഇന്ത്യക്കാർ ഭക്ഷണക്കുറവുമൂലം പ്രതിവർഷം മരണമടയുന്നു എന്നതും അവരെ സംബന്ധിക്കുന്ന കാര്യമല്ല. തങ്ങളുടെ രാഷ്ട്രീയ മോഹങ്ങൾക്കുവേണ്ടി ജനങ്ങളുടെ അസംതൃപ്തിയെ അത്തരത്തിൽ തിരിച്ചുവിടുന്നത് അനുവദിക്കാൻ പാടുണ്ടോ? കോടിക്കണക്കിന് ഇന്ത്യക്കാരെ വളർന്നുകൊണ്ടിരിക്കുന്ന ദാരിദ്ര്യാവസ്ഥയിലേക്ക് തള്ളിവിടാനാണ് രാമന്റെ പേരിൽ കാവിപ്പട ഇന്ന് തുനിയുന്നത്.

പക്ഷേ, ഗോൾവാൾക്കറും കാവിപ്പടയും പറയും "...... ഇവയൊന്നുമല്ല, പിന്നെയോ ദേശീയവികാരത്തിന്റെ മരവിപ്പാണ് ഞങ്ങൾക്ക് അനർ

ഥകരം........." (*ഗോൾവാൾക്കർ*, 1939, പേജ് 62)

കാവിപ്പട രാജ്യത്തിന്റെ മുമ്പിൽ പൊക്കിക്കാട്ടുന്ന പരിപാടിയും തങ്ങളുടെ ലക്ഷ്യം നേടുന്നതിനായി ഉപയോഗിക്കുന്ന മാർഗങ്ങളും ഫാസിസ്റ്റ് ഭരണത്തിന്റെ ഒരു ഇന്ത്യൻ പതിപ്പിന്റെ പ്രകടിതരൂപമല്ലാതെ മറ്റൊന്നുമല്ല. ബി ജെ പി അതിന്റെ ഭരണകൂടത്തിന്റെ രൂപം, അതിന്റെ സാമ്പത്തികവും സാമൂഹികവുമായ നയങ്ങൾ എന്നിവ രണ്ടുകൊണ്ടും ഭരണവർഗത്തിലെ ഏറ്റവും പിന്തിരിപ്പനായ വിഭാഗമാണെന്ന് സ്വയം തുറന്നുകാട്ടിയിരിക്കുന്നു. കാവിപ്പടയുടെ ഇപ്പോഴത്തെ ശ്രമം ഒരു വെറും മധ്യയുഗ, മതാധിഷ്ഠിത, 'ഹിന്ദുരാഷ്ട്രം' സ്ഥാപിക്കുന്നതിന് മാത്രമായുള്ള ഒന്നല്ല. പിന്നെയോ ജനാധിപത്യത്തിന്റെയും മതനിരപേക്ഷതയുടെയും അടിത്തറയെത്തന്നെ നിഷേധിക്കാനും കൂടിയുള്ള ഒന്നാണ്.

ആധുനിക ഇന്ത്യയെ പരിരക്ഷിക്കുന്നതിനുവേണ്ടി കാവിപ്പടയുടെ പരിപാടിയെ ഇന്ന് പരാജയപ്പെടുത്തേണ്ടിയിരിക്കുന്നു. ഇന്ത്യയെ രക്ഷിക്കാതെ അതിനെ അഭിവൃദ്ധിപ്പെടുത്താനും പറ്റില്ല.

ഈ പുസ്തകം പ്രസിദ്ധീകരിച്ച് രണ്ടു വർഷത്തിനുശേഷമാണ് ജമായത്ത്-എ-ഇസ്ലാമി സ്ഥാപിക്കപ്പെട്ടത്. 1941 ആഗസ്റ്റ് 26-ന് മൗലാനാ അബ്ദുൾ അലാ മൗദൂദിയുടെ നേതൃത്വത്തിൽ സ്ഥാപകസമ്മേളനം പത്താൻകോട്ടുവച്ച് നടന്നു. ഗോൾവാൾക്കർ ആർ എസ് എസിനെന്തോ അതാണ് ജമായത്തിന് മൗദൂദി. അവരുടെ രാഷ്ട്രീയ പദ്ധതികളുടെയും പങ്കുകളുടെയും സാദൃശ്യം തീർച്ചയായും ശ്രദ്ധേയമാണ്. ഹിറ്റ്ലർ ഗോൾവാൾക്കർക്ക് ഒരു വീരപുരുഷനായിരുന്നതെങ്ങനെയോ ശരിക്കും അതുപോലെ മൗദൂദിക്കും വീരപുരുഷനായിരുന്നു. മാനവസംസ്കാരത്തിൽ ആധുനികമായ സകലതിനെയും – സ്വാതന്ത്ര്യത്തെയും സമത്വത്തെയും സാഹോദര്യത്തെയും മതനിരപേക്ഷതയെയും ജനാധിപത്യത്തെയും പാർലമെന്ററി സ്ഥാപനങ്ങളെയും – 'അന്യമായ സങ്കൽപ്പങ്ങൾ' എന്നുപറഞ്ഞ് ഗോൾവാൾക്കർ എങ്ങനെ നിരാകരിച്ചോ ശരിക്കും അതേപോലെതന്നെ മൗദൂദിയും മുസ്ലീം മത മൗലികവാദത്തിന്റെ ദർശനവും നിരാകരിച്ചു.

വിഭജനം ആസന്നമായിരുന്ന 1947 മേയിൽ പത്താൻകോട്ടെ ഒരു പ്രസംഗത്തിൽ മൗദൂദി, തങ്ങൾ 'അള്ള' അനുശാസിച്ച നിയമങ്ങളുടെ അടിസ്ഥാനത്തിൽ പാകിസ്ഥാൻ സ്ഥാപിക്കുന്നതുപോലെ ഹൈന്ദവ വേദശാസ്ത്രങ്ങളുടെയും നിയമങ്ങളുടെയും അടിസ്ഥാനത്തിൽ സ്വന്തം രാജ്യം സ്ഥാപിക്കാൻ അദ്ദേഹം ഇന്ത്യക്കാരെ ആഹ്വാനം ചെയ്യുകയുണ്ടായി. അദ്ദേഹം പറഞ്ഞു:

> ഹിന്ദു നിയമത്തിൽ അധിഷ്ഠിതമായ ഒരു ഹിന്ദുഗവണ്മെന്റ് ഇന്ത്യയിൽ വരികയും മനുവിന്റെ നിയമം രാജ്യത്തിന്റെ നിയമമാ

വുകയും അതിന്റെ ഫലമായി മുസ്ലീങ്ങളെ അയിത്തക്കാരായി കണക്കാക്കുകയും അവർക്ക് ഗവണ്മെന്റിൽ യാതൊരുപങ്കും നൽകാതിരിക്കുകയും എന്തിന് അവർക്ക് പൗരാവകാശങ്ങൾ പോലും കിട്ടിയില്ലെങ്കിലും എനിക്ക് യാതൊരു എതിർപ്പുമുണ്ടാവില്ല. (നിസാമിയിൽ ഉദ്ധരിച്ചത്, 1975, പേജ് 11)

ഹിന്ദുത്വഫാസിസവും മുസ്ലീംമതമൗലികവാദവും അന്യോന്യ പോഷകങ്ങളാണ്. ഈ പ്രക്രിയയിൽ രണ്ടും രാജ്യത്തിന്റെ ഐക്യത്തിന്റെയും അഖണ്ഡതയുടെയും ഇഴകളെത്തന്നെ അപകടപ്പെടുത്തിക്കൊണ്ട് വർഗീയവിഷം കൂടുതൽ ആഴത്തിലേക്ക് വ്യാപിപ്പിക്കുന്നു. രണ്ടും അവ പ്രതിനിധാനം ചെയ്യുന്നുവെന്ന് അവകാശപ്പെടുന്ന ജനങ്ങളിൽ ഭൂരിപക്ഷത്തിന്റെയും താൽപ്പര്യങ്ങൾക്ക് എതിരായി പ്രവർത്തിക്കുന്നു. ഈ രാഷ്ട്രീയത്തെ ഭൂരിപക്ഷം ഹിന്ദുക്കളും മുസ്ലീങ്ങളും തള്ളിക്കളഞ്ഞതുകൊണ്ടാണ് ഇന്ത്യ ഇന്നൊരു മതനിരപേക്ഷ ജനാധിപത്യമായിരിക്കുന്നത്. എല്ലാതരം വർഗീയതയെയും രാഷ്ട്രീയമായി പരാജയപ്പെടുത്തുകയാണ് ഇന്നാവശ്യം. രാഷ്ട്രത്തിന്റെ ശത്രുക്കൾക്ക് സ്വന്തം മനഃസാക്ഷിയെ വിറ്റുകഴിഞ്ഞിട്ടില്ലാത്ത എല്ലാ പാർട്ടികളും ഈ ഫാസിസ്റ്റ് വെല്ലുവിളിയെ നേരിടുന്നതിനുവേണ്ടി ഒറ്റ മനുഷ്യനെപ്പോലെ ഉണർന്നെഴുന്നേൽക്കണം.